மற்ற விலங்குகள்

மற்ற விலங்குகள்

பூவிதழ் உமேஷ்

எதிர்
வெளியீடு

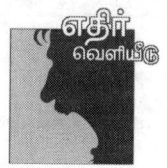

மற்ற விலங்குகள்
பூவிதழ் உமேஷ்

முதல் பதிப்பு: ஜனவரி 2025

எதிர் வெளியீடு,
96, நியூ ஸ்கீம் ரோடு, பொள்ளாச்சி – 642 002
தொலைபேசி: 04259 – 226012, 99425 11302

விலை: ரூ. 150

Marrra Vilankukal
Poovithal Umesh

Copyright © Umesh
First Edition: January 2025

Published by
Ethir Veliyeedu, 96, New Scheme Road, Pollachi - 2
email: ethirveliyedu@gmail.com
www.ethirveliyeedu.com

ISBN: 978-93-48598-21-9
Cover Design: Lark Bhaskaran
Printed at Jothy Enterprises, Chennai.

All rights reserved. No part of this book may be reprinted or reproduced or utilised in any form or by any electronic, mechanical or other means, now known or hereafter invented, including Photocopying and recording, or in any information storage or retrieval system, without permission in writing from the Publisher.

பூவிதழ் உமேஷ் (1982)

தருமபுரி மாவட்டத்தில் நவலை என்ற சிற்றூரில் பிறந்தவர். அரசுப் பள்ளியில் ஆசிரியராகப் பணிபுரிகிறார். தமிழ், ஆங்கிலத்தில் கவிதைகள் எழுதுவதோடு சிறார்களுக்காகவும் எழுதுகிறார். இவருடைய கவிதைகள் ஆங்கிலம், பல்கேரியன், ஸ்பானிய மொழிகளில் மொழிபெயர்க்கப்பட்டு இதழ்களில் வந்துள்ளன/வரவுள்ளன. மனைவி சுமதி, குழந்தைகள் பூவிதழ் சேகுவேரா, தூயநிலா ஓவியம். தற்போது மொரப்பூரில் வசிக்கிறார்.

சௌமா இலக்கிய விருது, படித்துறை இலக்கிய விருது, திருப்பூர் இலக்கிய விருது, தமிழ்நாடு முற்போக்கு கலை இலக்கியமேடை விருது, புன்னகை இலக்கிய விருது, எழுச்சித் தமிழர் இலக்கிய விருது ஆகிய விருதுகள் பெற்றுள்ளார்.

பிற படைப்புகள்

'எழுத்தெனப்படுவது' இவருடைய முதல் கட்டுரைத் தொகுப்பு.

கவிதைகள்

தண்ணீரின் சிரிப்பு (தமிழின் முதல் அஃபோரிச கவிதை நூல்)
துரிஞ்சி
வெயில் ஒளிந்துகொள்ளும் அழகி
சதுரமான மூக்கு
A Piece of Moonshine at Dinner
எருமைக் கண் கடிகாரம் (மலையாளத்தில் கவிதைகள்)

சிறார் இலக்கியத்தில் 12 நூல்கள் எழுதியுள்ளார்.

Email: poovithalumesh@gmail.com

நான் நடந்து போகுபோது எனக்குப் பின்னால் உள்ள மரங்களைப் போல நீங்களும் என் முதுகையே பார்க்கிறீர்கள்.

கவிஞர் அமிர்தம் சூர்யா அவர்களுக்கு

அன்பும் நன்றியும்

சந்திரா தங்கராஜ்
ச. துரை
ராஜேஷ் வைரபாண்டியன்
பெருந்தேவி
கரிகாலன்
யாழன் ஆதி
கதிர்பாரதி
ந. பெரியசாமி
நுட்பம் சந்தோஷ் குமார்
நாராயணி கண்ணகி

இதழ்கள்

காலச்சுவடு
நுட்பம் இணைய இதழ்

சிறிய வீடு

கைக்குள்ளே ஒரு மின்மினி இருக்கும் போது
விளக்கு ஒளிரும் சிறிய வீடு என் கை
இருளில் வருகிற எல்லோரையும்
இவ்வீட்டிற்கு வரவேற்கிறேன்.
விரைவாக வாருங்கள்.
விளக்கு இல்லாமல் போனால் வீடே இல்லாமல் போய்விடும்

தி.நகரில் மழை

கிளைகளில் தொங்கும் பழங்கள் போன்ற முகங்கள் இருக்கும்
தி.நகரில் நின்றிருந்தேன்.
புகைப்படம் மாட்ட அடிக்கப்பட்ட ஆணியால்
எவ்வளவு சிறிய நிழல் விழுமோ
அவ்வளவு சிறியதாகச் சிரித்தது
தாயின் அணைப்பிலிருந்த குழந்தை.
அடுத்த நொடி மழை பெய்யத் தொடங்கியது
துளியிலும் சின்னத் துளி குழந்தையின் கன்னத்தில் விழுந்தது.
குழந்தையோடு உலகமும் ஒரு நுண்ணிய நொடி சிலிர்த்தது.
அத்துடன் மழை நின்றது.
அதற்கு மட்டும்தான் மழை பெய்தது என்பது போல

இந்திர ஜாலம்

அடர்ந்து வளர்ந்த கொழுஞ்சி மரத்தின் உள்ளிருந்து
ஒரு முள்ளும் படாமல் இறங்குவது போலத் தான்
வரிசையாக அடுக்கப்பட்ட அலுவல்கள் அன்றாடங்கள்
அலைகழிப்புகளில் இருந்து
மனம் உருவி வெளிவருவது
கடந்த மாதம் தங்கிய கடற்கரை குடிலில் முத்தமிட்ட
அவளுடைய அதரம் நாக்கு மார்பு குறி எல்லாம்
இன்னும் வாய்க்குள் இருப்பதை உணரும் அவன்
ஒரு சிறிய தீவு ஒன்றை தலையணையாக வைத்து
படுத்து இருப்பது போல
அந்தச் சுகத்தை நினைத்தபடி படுத்திருந்தான்.
திரும்ப திரும்ப அவளது எண்ணுக்கு அழைத்தான்
அழைப்பு துண்டிக்கப்பட்டது
அழைப்புகள் துண்டிக்கப்பட்டன நாட்கள் வாரங்கள்
கழிந்த பிறகு
நீங்கள் தொடர்பு கொள்ளும் எண் உபயோகத்தில் இல்லை
என்றதும் மனம் சல்லடையானது
தொலை தூரத்தில்
மின்சார இணைப்பினால் இயங்கும் எந்தப் பொருளும் இல்லாத
வீட்டின் சுண்ணாம்பு சுவரில்
நடு கழுத்தில் ஆணி அடித்து மாட்டி வைக்கப்பட்ட சேவல்
தொங்கியது
ஒரு டேரா பூவிலிருந்து இதழ்களைப் பிய்ப்பது போல
ஒவ்வொரு இறகாய் பிடுங்கினான்
இயலாமை அவனைப் பிய்த்தது
கை கால்கள் தனியே இருப்பது போலவும்
உறுப்புகள் பயன்படாது போலவும்
பித்து அலைகழிக்க ஆரம்பித்தது
இரத்தமும் நிசத்தமும் சொட்டு சொட்டாய் விழுந்தது
இனி அவனுக்குத் தேவை ஒரு கங்கு நெருப்பு மட்டுமே.

கல் பழம்

அவன் என்னை ஒரு வீட்டிற்கு அழைத்துச் சென்றான்
பாதி திறந்த கதவு அருகில் ஒரு கல்
அதை வீட்டின் வாயிற்காவலன் என்றான்

ஒரு பெரிய கல்லும் அணைத்தபடி இரண்டு சிறிய கற்களும்
உள்ளே படுக்கையில் இருந்தன
அம்மாவும் குழந்தைகளும் அசந்து தூங்குகிறார்கள் என்றான்.
கண்கள் விரிய பார்த்தேன்
சுவர் ஓரமாய் இருந்த கற்களை நல்ல பாத்திரங்கள்
என்று சொன்னான்
குனிந்து ஒரு கல்லை எடுத்து கனிந்த பழம் என்றான்
அந்தக் கல் பழம் அவ்வளவு மிருதுவாய் இருந்தது

பாலைவனம்

கண்ணுக்கு எட்டிய தூரம்
சாமை உனக்கல் போல இருக்கும் நான் தான் பாலைவனம்,
வட்டத்தினுள் ஒரு கோடு வரைந்து
மூடிய வாய் என்று சொல்லிவிடும் உங்களைப் போல அல்ல நான்
என்னை நம்பி ஒரு குவளை நீரை
எங்கும் ஊற்றலாம் குடித்துவிடுவேன்
எனக்கு உடலெல்லாம் வாய்.
ஏழை போன்ற தாவரங்கள் என் மீது வளருகின்றன
அதற்காக மிகவும் மகிழ்கிறேன்.
யாரும் உறங்க விரும்பாத இந்த நிலத்தில்
பொழுது சாய்வதற்கு முன்பே புறப்படுங்கள்.
அன்பின் நேர்க் கோட்டில்
இதயத்தில் ஆம் என்று சொல்லும் நீங்கள்
வரிசையாகச் செல்லும் ஒட்டகங்களை
நிழல்களைப் புகைப்படம் எடுத்துக் கொள்ளுங்கள்,
வேறு எதை உங்களால் எடுக்க முடியும்!

மேசை

நான் இந்தக் கரையிலும்
நீங்கள் அந்தக் கரையிலும் அமரும் போது
இந்தக் குளம்
எவ்வளவு பெரிய மேசையாகிவிட்டது
நீராம்பல்களும் நீர்ப் பறவைகளும்
இந்த மேசையை அலங்கரிக்கின்றன
மேசையை அசைக்கின்றன
மேசையைக் குடிக்கின்றன
எதில் நிலை கொள்கிறோமோ அது மேசையாகிறது
உற்று கவனிக்கும் கண்களும் மேசை
மனமும் மேசை
கனவும் மேசை
கண் கண்ணாடியைத் தவற விட்டவர் போல
எங்கேயோ பார்த்துக் கொண்டிருக்கிறீர்கள்
அங்கே உங்கள் மேசை உள்ளது

அரை இனிப்பில் அரை புளிப்பில் ஒரு பாடல்

ஒரு பாடலுக்காக
பகல் முழுவதும் உட்கார்ந்திருப்பாள் அம்மா
மெல்லிய சொற்களைச் சேகரிப்பாள்
காற்று மதுரமாகும் நேரத்தில் பாடுவாள்
பிடுங்கிய கலக்காய் செடியிலிருந்து உதிர்வதுபோல
பாட்டிலிருந்து மண் உதிரும்
பாடல் முடிந்ததும் இனிப்புக்குப் பக்கத்தில் இருக்கும்
பழுத்த சிறுநெல்லி ஒன்றைத் தருவாள்
உலக உருண்டை போல வாயில் உருட்டுவேன்
அழுத்திக் கடிக்கும் போது
அரை இனிப்பு அரை புளிப்பில்
முகத்தில் நான் பாடும் பாடல் அம்மாவுக்குக் கேட்கும்.

தெரு ஒரு பக்கம் விழுந்தது

ஒரு சிறுவன் தெருவில் ஓடினான்
தடுக்கி
அவன் விழுந்தபோது
ஒரு பக்கம் தெரு
மறுபுறம் மனிதன் என்று விழுந்தான்.

யானையின் அழைப்பு

அன்றாடங்களின் நெருக்கடியால்
ஒரு யானை தற்கொலை செய்துகொள்ள போன செய்தி
ஊர் முழுவதும் பரவியது.
சிறுவர்கள் முதலில் ஓடினார்கள்
கட்டு கட்டாக கரும்பு தருகிறோம் வந்துவிடு என்றார்கள்
அடுத்ததாக யூடியூபர்கள் ஓடினார்கள்
பெருஞ்சோற்றுக் கவளம் தருகிறோம் என்றார்கள்
ஆண்கள் பெண்கள் முதியவர்களென எல்லோரும் ஓடினார்கள்
குடும்பத்தில் ஒருவராக உன்னைப் பேணுகிறோம் என்றார்கள்
கற்சிலை போல அமைதியாக இருந்தது
தாடியைத் தடவியபடி கடைசியாக வந்த துறவி
உலகை உன்னுடையதாக்கிக் கொள்ள
வழி சொல்கிறேன் வா என்றார்.
யானை பாதரசம் நிரம்பிய குடம் போல அமைதியானது
"யார் அழைத்தால் திரும்ப வருவாய்" -
எல்லோரும் சேர்ந்து கேட்டார்கள்.
யானை தணிந்த குரலில் சொன்னது
"உங்கள் மௌனம் அழைத்தால் வருவேன்"

தாத்தாவின் செய்தித்தாள்

தினமும் காலை உணவுக்குப் பிறகு
நாளிதழில் வரும்
கண்ணீர் அஞ்சலி விளம்பரங்களைப் படிப்பார் தாத்தா
பரீட்சைக்குப் படிப்பது போல்
மீண்டும் அவற்றைப் படித்து முடிப்பார்
அவரது பெயரின் முன் பகுதியோ பின் பகுதியோ
எழுதப்படவில்லை என்பதை உணரும் போது
ஒரு பெருமூச்சு விட்டு
செய்தித்தாளை மடித்துவைத்து
அமைதியாக யோசிப்பார்
ஒரு பூவோ பழுத்த இலையோ
அதன் மீது விழுந்ததும்
அவரும் அஞ்சலி செலுத்தியது போல
எழுந்து நடப்பார்.

எருமைக்கண் கடிகாரம்

எங்கள் ஊரில் எருமைகளின் கண்களில் நேரத்தைப்
பார்க்கிறார்கள்.
ஒரு நாள்
தரிசுப் பகுதியில் நடந்து சென்ற வெளியூர்ப் பயணி,
தனது கைக்கடிகாரத்தை மறந்துவிட்டதால்
ஒரு சிறுவனிடம் நேரம் கேட்டார்.
அச்சிறுவன் சிறிது தயங்கினான்; பின்னர்,
"அதனிடம் கேட்கப் போகிறேன்" என்று
தனக்குத்தானே சொல்லிக்கொண்டான்
சிறிது நேரத்திற்குப் பின்
குக்கை இல்லாத எருமைக் கன்றை ஓட்டி வந்தான்
அதன் கண்களின் வெள்ளை நிறத்தைக் காட்டி
தயக்கமின்றி கூறினான்:
"இன்னும் பன்னிரண்டு மணி ஆகவில்லை
பத்து நிமிடம் இருக்கிறது."
உண்மையாகவே அப்படித்தான் இருந்தது பொழுது.

இரவில் வானம் பார்ப்பவன்

என்னுடைய வீட்டுக் கூரை வழியாக ஒரு மரம் வளருகிறது. அந்த மேல் தளத்தில் பறவைகளும் கீழ் தளத்தில் நானுமாக குடியிருக்கிறோம் மேல் தளத்தில் இருந்து தலையை இடிப்பது போல வரும் திட்டு திட்டு என்ற சத்தம் வருவதில்லை. நாங்கள் மகிழ்ச்சியான அண்டை வீட்டுக்காரர்கள். காலையில் சன்னலைத் திறக்கும் போது கோடை காலத்தைத் திறக்கிறேன். பறவைகள் ஒரு மழைக்காலத்தைத் திறக்க பறக்கின்றன. அந்தியில் அவை தோல்வியைக் கொண்டாடியபடி கூடு திரும்புகின்றன கோடையைப் போல மழைக்காலத்தைத் திறக்க முடியாதா என்று இறகில் எழுதி வீட்டு வாசலில் உதிர்க்கின்றன. காலத்தை மனதால் திறக்க முடியும் ஆனால் அதற்கு ஆயுள் அற்பம் என எழுதி உலர்ந்த தானியங்களுடன் நீட்டுகிறேன். அதைப் படித்து விட்டதாக ஒரே ஒரு தானியத்தை மட்டும் அலகில் கொத்திப் பறக்கின்றன.

எங்கள் தெருவிலே எந்த ஒரு காலத்தையும் திறக்கும் சாவி எறும்புகளிடம் இருப்பதாக நம்புகிற ஒரு கிழவன் துரு பிடித்த நினைவுச் சின்னம் போல இருக்கிறான் அவன் இதயம் ஒரு சாவி போல காலத்தில் அசைகிறது. ஈசல் இறகு போல உயிரை வைத்திருக்கும் அவன் பாதி உலர்ந்த குருத்தெலும்புகளின் வளையமான தொண்டைக்கு ஒரு மிடறு தண்ணீரை அனுப்பி கரடுமுரடான மேடு பள்ளங்களை நிரப்புகிறான். பூமியின் பழைய மேடு பள்ளங்கள் மலையும் கடலும் தான் அவை உண்மையில் இலட்சோப இலட்சம் ஆண்டுகளுக்கு முன் அணைந்து விட்ட தீயின் நாக்குகள். அவற்றை ஈரம் தீண்டும் போது பழைய நெருப்பை ஒரு முறை துழாவிப் பார்க்கின்றன. இது போன்ற பார்வைக்கு எட்டாத நிகழ்வுகளை காற்றின் விளையாட்டு என்று சொல்கிற முது கிழவி தன் கெண்டைக் கால் வடிவில் இருக்கும் மீன்களைக்

கத்தியில் அரியாமல் சமைக்கிறாள் தண்ணீரில் செய்த சிற்பம் போல கொதிக்கும் குழம்பில் என்னோடு குடியிருக்கும் பறவைகள் தவற விட்ட மீன்களே இருக்கின்றன. காம்பு இல்லாத ஒரு கத்தரிக்காய் போன்ற எங்கள் வீடு அந்த வாசத்தின் நேர்க் கோட்டில் இருக்கிறது. ஏற்கனவே வயிறு நிறைய சாப்பிட்டவர்கள் அந்த வாசத்தை உண்ணுகிறார்கள். அவர்களின் மீது மேகத்தின் நிழல் படியும் போது நானும் பறவைகளும் சிரித்துக் கொள்கிறோம். சிரிப்பதில் உதடும் மனமும் தனித்தனியாக ஈடுபடுவதும் உண்டு. பறவைகள் உதடுகள் இன்றி சிறகினால் சிரிக்கின்றன. வெளிப்படையாகத் தெரியும் சிரிப்பு புரிந்து கொள்ளும் சிறிய மொழி. மொழியைக் கையாள்வதில் பறவைகள் சிக்கனமானவை. அதிலும் இரவு ஒலிக்கானது அல்ல என்ற தீர்மானமானத்துடன் இருக்கின்றன. ஒரு மனிதனாக இந்தக் கொள்கையை நான் ஏற்றுக் கொள்கிறேன். மனிதர்கள் தூங்கும் முன் வானம் பார்த்து பேசுவது சொர்க்கத்தைப் பிரதிபலிக்கத்தான். கனவு வராத தூக்கத்தில் சிறிதளவு அனாதைகளாகிற மனிதர்களின் மீது இரவு சிறிய கல்லாகிறது.

கற்களைக் கதவு போல பயன்படுத்திய மனிதர்களின் தொடர்ச்சியாக மரத்தின் முதல் பூவினால் வீட்டைப் பூட்டிவிட்டு பறவைகள் வலசை போய்விட்டன. பூட்டு என்பது சிறிய நம்பிக்கை. நம்பிக்கையைச் சொற்களாக மனிதர்கள் உருவாக்குவது போல தாவரங்கள் நம்பிக்கையாகப் பூக்களை வெளிப்படுத்துகின்றன. ஒரு தாவரத்தின் முதல் பூ என்பது ஒரு பருவத்தின் அறிவிப்பு. பருவம் காலம் அணியும் ஆடை. அந்த ஆடையே மனிதர்களின் வயது. என் ஆடையைத் திறந்தேன் மிகத் துல்லியமான சிவப்பு நிறத்தில் என் வயது தெரிந்தது. மரத்தின் முதல் பூவையே என் வீட்டிற்கும் பூட்டு என்று சொல்லிவிட்டு வெளிர் நீலச் சட்டை அணிந்து தெருவில் செல்கிறேன் எல்லோர் கண்களும் என் மீதே இருக்கின்றன. தெருவில் உள்ள பார்வையற்ற ஓவியன் என் குரலை மட்டும் கேட்டு உருவத்தை அடுப்புக் கரியால் வரைகிறான். திடீரென கருப்புச் சட்டைக்கும் மாறுகிறேன். நான் உருவாக்கிய கோடை வாட்டுகிறது ஆளற்ற வீட்டு முற்றத்தில் இருந்து கழன்று வந்த ஒரு மின்விசிறி என் தலைக்கு மேலே சுழலுகிறது. வானம் விநோதங்களை உற்பத்தி செய்வதாக தெருவாசிகள் திடுக்கிடுகிறார்கள். அவர்களிடம் இருக்கின்ற எல்லா திடுக்கிடல்களையும் என் தோளில் ஏற்றுங்கள்

என்றேன். ஒரு சிறுமி புத்தகப் பையைக் கொண்டு வந்தாள். ஒரு கிழவி செல்லாத ஆயிரம் ரூபாய் தாளை தந்தாள் மற்றவர்கள் அவரவர் திடுக்கிடல்களை வரிசையாக எடுத்து வந்தார்கள். ஒருவன் மட்டும் கண்ணீரோடு நின்றான். என் பார்வையையே கேள்வியாகப் புரிந்து கொண்டு சொன்னான் “காணாமல் போன எனது ஆடு பற்றிய என் திடுக்கிடலை எப்படி தோளில் ஏற்றுவது என்று கூறி கக்கத்தில் இருக்கும் ஆட்டுக்கான கொள்ளுக் கொடிகளை பார்த்தபடியே அழுதான். உன் ஆட்டின் நினைவை என் தோளில் ஏற்று என்றேன். ஒரு கணம் கண்களை மூடித் திறந்தான். நிழலின் எடையில் அந்த ஆடு தோளில் குளிர்ந்தது.

ஒரு திமிங்கலம் அசைந்து மீண்டது போல தெரு இருந்தது சிறிய பொருள்கள் எதுவும் இயல்புக்குத் திரும்பவில்லை. ஒரு தெருவில் எவ்வளவு திடுக்கிடல்கள். மூன்றாவது நாளுக்காகக் காத்திருக்காமல் தெரு உயிர்த்தெழ ஆரம்பித்தது. ஒரு கணம் என்னையே ஒரு திடுக்கிடல் போல உணர ஆரம்பித்தேன் வீட்டை நோக்கி நடந்தேன். வாசலுக்கு எதிரே பூட்டு விழுந்திருந்தது. பறவைகளின் நம்பிக்கை பொய்க்காதே என்று யோசித்தேன். ஆளுள்ள வீட்டிற்கு பூட்டு எதற்கு என்று தூங்கிப் போனேன்.

விடிந்ததும் வெளிச்சம் நீதியைக் கொண்டு வருகிறது. நீதியின் உடலுக்கு ஒன்பது தலை விசம். உலகின் அழகான எட்டிப் பழத்திற்குள்ளே ஒன்பது தலை விசம். இதை இடுப்பு கயிறில் அணிந்திருக்கும் குழந்தை ஆயிரம் பூக்குவியல் போல சிரிக்கிறது. அதன் கைகளில் இருக்கும் மரத்தின் மூன்று பழுத்த இலைகள் பூ போல நடித்தது. மேலே மரம் ஐந்து பூக்களோடு இருந்தது. இரண்டு குடித்தனங்களுக்கு ஐந்து பூட்டு எதற்கு என்ற கேள்வியின் ஆயுள் அடுத்த நாள் முடிந்தது தொடர்ந்த நாட்களில் மரம் பூங்கொத்தாக மாறிகொண்டது. வீடு வாசனைக்குப்பி போலானது. என் தலையில் எல்லா பூட்டுகளும் எடையற்று அழுத்துவதாக உணர்ந்தேன். வீடு வாசல் முற்றம் என்று எங்கும் பூட்டுகள் உதிர்ந்த மாயக்கனவு போல இருந்தது. இது நீடிக்கவில்லை. காத்திருப்பு எல்லாவற்றையும் கனியச் செய்கிறது. எந்தக் கனிக்கும் மூன்று சுவை. நிறம் ஒரு சுவை, வாசனை ஒரு சுவை. நாக்கு பட்டால் ஒரு சுவை. பறவைகளுக்கு தூரம் ஒரு சுவை. உயரம் ஒரு சுவை. கிளை ஒரு சுவை. வலசை

போன பறவைகள் திரும்பின. புதிய இளம் பறவைகளால் வானம் அசைந்தது. அவற்றிடம் அன்பின் நிமித்தம் சொல்லி தேசாந்திரம் புறப்பட்டேன்.

நான் காணாமல் போகிறவர்களின் பாதையில் போனேன். எதிர்ப்படுபவர்கள் நீ யாரென கேட்டார்கள். நான் முழுமையாக வளராத பிள்ளை என்றேன் எப்போது வளர்வாய் என்றார்கள். என் நூறாவது வயதில் என்றேன். ஒடித்த காம்பில் இருந்து ஒரு துளி பால் வடிந்த மாதிரி ஒருவன் தலை துண்டிக்க விழுந்தான். நானே கொலைகாரன் என்று சிறையிட்டார்கள். விசாரணையில், நான் பிறந்தது முதல் கத்தியை தொட்டதே இல்லை என்றேன். உன் சொற்கள் கத்தியை விட கூர்மையாக இருந்தன என்றார்கள். நான் பேசியது உண்மை, உண்மை யாரையும் கொல்லாது என்றேன். உண்மை பெரிய கொலைக்கருவி என்றார்கள். உண்மை யாரையும் கொல்லாது அது ஒரு தற்கொலைக்கருவி, உண்மை பேசி செத்தவருண்டு உண்மையால் செத்தவரில்லை என்றேன். எனக்கு மரண தண்டனை விதித்தார்கள். சிரித்தபடியே என் தற்கொலைக்குத் தயார் என்றேன். நீதிபதி மயங்கி விழுந்தார். அவர் வக்கிலாக இருந்த போது வெட்டிய பள்ளம் அது. அவர் இறந்தார். எனக்கான தண்டனையை அவர் ஏற்றுக் கொண்டதாக என்னை விடுதலை செய்தார்கள். நடப்பதற்குக் கால்களைப் பயன்படுத்தாமல் எங்கும் போகலாம் என்றார்கள். விசித்திரமாக அழுதேன் மழை எல்லாவற்றையும் மூழ்கடித்தது. என் நுரையீரலை வெளியே எடுத்து தண்ணீரில் மிதக்கவும் நீந்தவும் கற்றுக் கொண்டேன். மழைநீரில் கொம்புகள் முளைக்காத கன்றுகள் பூமிக்கு இடைவிடாத கதைகள் வேண்டும் என்று துள்ளுகின்றன. அவற்றைச் சமாதானப்படுத்த படகுகளுக்கு இடையே அசையும் வானத்தைக் காட்டுகிறேன். தனித்து மிதக்கும் இரண்டு படகுகளை யாருடைய கண்கள் என்று கேட்கின்றன. இது போன்ற சில கேள்விகள் கேள்விகளாகவே இருப்பது நல்லது அவை தூரத்து மலைக்குப்பின்னால் அல்லது இறந்தவரின் முகத்திற்கு முன்னால் இருந்து விட்டு போகட்டும். ஓர் இரவு கடந்தால் மரணம் அன்றாடங்களில் ஒன்றாகிவிடுகிறது. அன்றாடங்கள் ஒருவகையில் உடலுக்கு வெளியே உள்ள எளிய உறுப்புகள். இரவில் வானம் பார்ப்பது எனது அன்றாடங்களில் ஒன்று. கோள்மீன்கள் திசை மாறி வானில் தெரிகின்றன. விடியலின்

வெளிச்சம் என் குடியிருப்புக் கதவுக்கு நிறமாக இருக்கும். தேசாந்திரம் முடிந்து வீடு திரும்புகிறேன்.

சிவந்த அந்தி கண்களுக்குச் சிறந்த உணவு. சாயும் சூரியனை நேராகப் பின்பற்றி சென்றால் ஒரு போதும் விடியலைக் காண முடியாது. வளைவுகளை விட நேராக இருப்பதில் அழகு குறைவு. யாருக்கும் வீடு திரும்பும் பாதை நேராக இருப்பதில்லை அழகுக்கு நிரந்தர வரையறைகளும் இல்லை. தங்குமிடங்களில் அழகான குப்பைத் தொட்டியை வைத்திருக்கும் பெண்களின் ஓய்வு நேரம் காதலுக்கு மிகவும் உகந்தது. பெரிய நீச்சல் குளத்தின் அருகில் ஒரு மார்பை கையில் அணைத்து ஒரு மார்பில் தொப்பியைத் தொங்கவிட்டபடி நிற்கிறாள். அவளுக்கு எதிரே *Arc* போல இரண்டு டால்பின்கள் குதிக்கின்றன. டால்பின்கள் முத்தமிடவே மனித அன்பை விரும்புகின்றன. மதுவில் இருக்கும் எல்லா உச்சமும் அன்பில் இருப்பதாக டால்பின்கள் நம்புகின்றன. அவள் புன்னகைக்கும் சிரிப்புக்கும் இடையில் நின்றாள். டால்பின்களின் முத்தம் வாங்கி திரும்புகிறேன். முத்தத்தின் ஈரம் ஒரு மெல்லிய படகு போல கன்னத்தில் மிதக்கிறது. இது மாதவிடாய் நாட்களில் தரும் மிகக் கனிந்த முத்தத்திற்கு சமமாக இருக்கிறது. விடாய் நாளில் முத்தம் உடலில் அசுர அதிகாரம் செலுத்துகிறது. இணையும் உதடுகளை உடல் முழுதும் பயணிக்கிறது. அது உதடுகளின் இலக்கற்ற பயணம். உதடுகளைப் போல கால்கள் இலக்கற்று போகும் போது பூமி மிருதுவாகிறது. இந்த மிருது உடலின் கடின எலும்பையும் மிருதுவாக்குகிறது. நல்ல எலும்புகளால் ஆனது வீடு. அதோ என் வீடு. மரம் முழுக்க விளக்கு போல ஒளிரும் கனிகள் மெல்ல அசைகின்றன. என் இதயமும் அப்படித்தான் அசைகிறது. இதயம் அசைவதை முகத்தில் காணலாம். அதற்கு மகிழ்ச்சி அல்லது சிரிப்பு என்று பெயர்.

மேல் தளத்தில் பறவைகளும் கீழ் தளத்தில் நானுமாக குடியிருக்கிறோம். நாங்கள் மகிழ்ச்சியான அண்டை வீட்டுக்காரர்கள்.

ஆம் என்பது ஒரு இறைச்சித் துண்டு

சில நேரங்களில் 'இல்லை' என்பதும் 'ஆம்' என்பதும்
பெரிய இறைச்சித் துண்டுகள்
விபத்தில் சிக்கியவர் உயிரோடு இருக்கிறாரா? இல்லையா?
என்பதற்கான பதில்
மிகப்பெரிய இறைச்சித் துண்டின்
இருப்பையும் இல்லாமையையும் கொண்டிருக்கிறது.
இல்லை என்ற பதில் எவ்வளவு பெரிய நஞ்சுக் கோப்பை
சாக்ரடீஸ் பருகியதை விட பெரியது.
கேள்வியைப் பொறுத்து
ஆம் என்பதும் இல்லை என்பதும்
இறைச்சித் துண்டாகவும் நஞ்சுக் கோப்பையாகவும்
மாறியபடியே இருக்கின்றன.

தண்ணீரில் நடக்கும் ஒட்டகம்

தட்டார் பூச்சிகள் இன்னும் எதற்கு தாழ பறக்கின்றன
இத்தனை நாள் பெய்த மழையே போதுமென்று இருக்கிறது
சலித்துக் கொண்டாள்
தேங்கிய தண்ணீரை எதுக்கு கிள்ளிப் பார்த்துக் கொள்கின்றன
ஏதேனும் ஒரு ஆலங்கட்டி
மிதக்கும் என்று நினைக்குமா என பனாத்தினாள்
வெடிக்காத பருத்திக் காயை நசுக்கி
ஈர வெண்மையை சுவைப்பது போல
சூடாற்றும் பாலின் நுரையில்
ஒவ்வொரு குமிழையும் உடைத்து சுவைக்கிற அவளுக்கு
அடுக்களை அழுக்குத் துணி பண்ட பாத்திர வேலைகள் இடையே
துருத்திக் கொண்டு தெரிகிற பால்ய நினைவில்
அவளைப் பார்ப்பது
முழங்கால் நீரில் நடக்கும்
ஒட்டகத்தைப் பார்ப்பது போல சிரிப்பாக இருக்கிறது

பாலரிசி சுவை

நீரில் மூழ்கியவை மட்டும் வாழும் குளமாக
மௌனித்திருக்கும் என் தந்தை
அவருக்கென்று தனித்த விருப்புகளின்றி
நகரும் மரத்தைப் போல இருந்தார்
குரலை அடிக்கோடு இடுவதற்காக
ஒருபோதும் சத்தமாகப் பேசியதில்லை
எனினும் மழைக்கு ஒதுங்குவது போல
அவரருகில் போவோம்.
ஒரு நாள் அவருடைய காப்பேறிய கைகளை விரித்தார்
சில சொற்கள் வேண்டுதல்கள்
கசங்கிக் கிழிந்த கனவுகள் இருந்தன
அவற்றில் ஒரு வாக்கியத்தை வரைபடமாக மாற்ற
எவ்வளவு உழைக்க வேண்டும்!
அக்கைகளை இன்னும் உற்றுப் பார்த்தேன்
பத்து மெட்டு கிணற்றில் இறங்கிய வடகயிறு
ஓங்கும் போது மேகத்தை இடிக்கும் கடப்பாறை
பனங்கருக்கு காம்பு போட்ட சம்மட்டி
அழிஞ்சி மிரால் பின்னிய தட்டிகள் என இருந்தன
மிருதுவான பாறை போன்ற அக்கைகளில்
ஒரு தூறு நெற்கதிரை நுமிட்டி ஊதி
ஒரு வாய் அளவு அரிசி தந்தார்
அப்பா என்று உச்சரித்தால்
இப்போதும் அந்தப் பாலரிசி சுவை

முத்தம் என்பது இறைச்சி

நாள்தோறும் போகும் நடைபாதையில்
இரண்டு மரங்கள் ஒன்றையொன்று நேசிப்பதை அறிவேன்
யாரும் பார்க்கவில்லையென
உச்சியில் முத்தமிடுவதைப் பல முறை பார்த்திருக்கிறேன்
அப்போது சில இலைகள் உதிர்கின்றன.
உப்பு மிளகு தூவிய மாட்டு இறைச்சியைச் சுடுவது போல
தூய்மைப் பணியாளர்கள் அவற்றைச் சேகரித்து எரிக்கின்றனர்

மீ அமைதி

ஒரு கண்ணாடி கோப்பை உடைந்த பிறகு உருவாகும் அமைதியும்
தண்ணீர்க்குடம் கவிழ்ந்த பிறகு உருவாகும் அமைதியும்
தனித்துவமானவை
அமைதியை
ஒரு மென்மலரைப்போல மிதித்து நடக்க
யாருக்கும் துணிவில்லை
ஒரு குழந்தையின் சிரிப்பின் மீது ஏறி
அமைதி அங்கிருந்து போன பிறகு
எல்லோரும் இயல்புக்குத் திரும்புகின்றனர்

பாலம்

வெகு நாட்களுக்குப் பிறகு
ஒரு குழந்தை போல
ஆற்றுப் பாலத்தின் மீது நடக்கிறேன்
வெள்ளம் தளும்பி
பாலத்தின் மீதும் ஒரு தட்டையான நதி ஓடுகிறது
இந்த நதி ஒரே நேரத்தில்
புதியதாகவும் பழையதாகவும் இருக்கிறது
பாலத்தின் முடிவில்
வயதாகிவிட்டதாக உணர்ந்தேன்
இளமைக்குத் திரும்ப
மீண்டும் நடந்தேன்.

அதில் இதுவும் ஒன்று

அவளின் முழங்கை முட்டி அத்திப் பழம் போல இருந்தது.
தற்செயல் தான் ஆனாலும் முழங்கையால் வலுவாக இடித்தவள்
வருத்தத் தொனியைக் கூட காட்டவில்லை.
மனிதர்களிடம் புதிய குணங்கள் உருவாகி உள்ளன
அவற்றில் இதுவும் ஒன்று.
அவள் முகத்தை உற்றுப் பார்த்தேன்
மூக்கும் முழங்கையும் ஒரே மாதிரி இருந்தன
பக்கத்து இருக்கையில் அமர்ந்தவரிடமும்
இடிப்பது போலவே பேசினாள்
பேச்சும் மூக்கும் முழங்கையும் ஒரே மாதிரியான ஒருத்தியை
யாராவது பார்த்து இருக்கிறீர்களா?
நான் பார்த்தேன்.
எனது நிறுத்தத்தில் இறங்கும்வரை
அவளை அடிக்கடி உற்றுப் பார்த்தபடியே இருந்தேன்
அதில் கொஞ்சம் காதலும் உருவாகி இருந்தது.
மனிதர்களிடம் புதிய குணங்கள் உருவாகி உள்ளன
அவற்றில் இதுவும் ஒன்று.

(பேரன்பு பெண்களுக்கு)

என் பெயரெழுதிய காகிதங்கள்

ஒரு எட்டு தூரத்தில்
உனியைக் கொத்தும் கொக்குகளோடு மேய்ந்த எருமைகள்
என் முகத்தைத் திரும்பிப் பார்த்தன
பழுத்த சுக்காம் பழங்களைக் கரண்டியபடி
எருமைகளோடு கொக்குகளையும் மேய்த்தேன்
செடி நேர வெயில் வந்ததும்
புளியமர நிழலில்
அசைபோட்ட எருமைகள் கழுத்தைக் கொக்குகள் போல நீட்டின
கொக்குகள் எருமைகள் போல மேய்ந்தன
எருமைகளும் கொக்குகளும் என்னோடு வளர்ந்தன

பருவமழை பொய்த்ததால் கால்நடைகளை விற்றேன்
நான் விரும்பியவர்கள் பிரிந்தனர்
சனுக்கும் களக் கட்டையுமே மிஞ்சின
வெள்ளைத்தாளை நிலவாகப் பொருத்தி பார்ப்பதுபோல
மேகங்களை எருமைகளாகப் பொருத்திக்கொள்ளும்
இந்நாள்களில்
எனக்காக இரக்கப்பட்ட கொக்குகள்
அலைந்து திரிந்து மேகங்களை அழைத்து வருகின்றன
சில நாள்களுக்கு மட்டுமென
கொத்திய சிறுமீன்களை நீர்நிலைகளுக்கே திரும்பத் தருகின்றன
எனது பெயரெழுதிய காகிதத் துண்டாக
இறகுகளை உதிர்த்து பறக்கின்றன.

காதலன் – கிழவன் – பிராய்ட்

I

உங்கள் தெளிவான கண்களின் அடிப்பகுதியைப் பார்ப்பதற்கு
அடை மழையில் நடந்து வந்த என்னிடம்
நினைவின் எந்த இடத்திலும் பொருந்தும் ஒரு கதை இருக்கிறது.

II

கருணைக் கொலையால் இறக்கும் முன்பு
பழைய காயத்தை
மறைக்கத் தெரியாத
பிராய்டிடம் இருந்தவை மூன்று பழைய பொருட்கள்
ஒரு முறை காதலியாக இருந்தவளின் நினைவு
ஒரு கேள்வி
ஓர் உடல்

III

"எதுவும் செலவாகாத அன்பு" என்ற பெயரில்
காதலியாக இருந்த மின்னா பெர்னேஸ் (Miss Bernays)[1]
பிராய்டு வெளிப்படுத்தாத இரகசியம்.
மெழுகுவர்த்தியின் ஒளியில் அவளுக்கு நீச்சலுடை
செய்வது எப்படி என்ற

---

1. மின்னா பெர்னேஸ் (Miss Bernays) ஃபிராய்ட் – இன் கொழுந்தியாள்.

கேள்வியை உலர்ந்த மஞ்சள் இதழ்களால் மூடினார்.
மஞ்சளை இரகசியங்களைப் பாதுகாக்கும் நிறமாகவும்
சூரியனை அருகில் வைத்துக்கொள்ளும் வழியாகவும்
நீடிக்காத ஆசையின் பள்ளத்தாக்கு எனவும் கருதினார்.
1856 ஆண்டில் தயாரிக்கப்பட்ட அவருடல் தேவையற்றதென கருதி
விண்வெளியில் இருப்பவர்களை விட தனிமையாக உணர்ந்தார்
நாளாக நாளாக பிராய்டின் மூளை குதிகாலுக்கு வந்தது
கால்களால் சிந்திப்பதும் இறந்துவிட நினைப்பதும் ஒன்றென
பிராய்ட் கருணைக்கொலை மூலம் இறந்தார்
ஒரு குழந்தையின் காலடித் தடத்தை முத்தமிட்ட உதட்டால்
பிராய்டின் இறப்பையும் முத்தமிடுகிறேன்

வெகு தூரம் வந்து விட்டோம்

“இது எங்கள் வீடு, மிஸ்டர் டேவி.”

அந்த மணல் வெளியில், கடலுக்கு மேலேயும், கரையோரமாகவும் எல்லாத் திசைகளிலும் பார்த்தேன்; ஆனால் என்னால் எந்த வீட்டையும் கண்டுபிடிக்க முடியவில்லை; ஒரு கருப்பு தெப்பம் அல்லது மிகவும் பழமையான படகு போன்ற ஒன்று, உலர்ந்த மணலில் உயரமான ஒரு இரும்பு குழாய் புகைபோக்கி போல நீண்டுள்ளது, அதில் இருந்து அமைதியான புகை வெளியேறியது. ஆனால் சுற்றிலும் வீடு போல் எதுவும் இல்லை.

-அது ஒரு படகு போல் தெரிகிறதா? அது வீடாக இருக்காதா?

டேவிட் காப்பர்ஃபீல்டு - இல் சார்லஸ் டிக்கன்ஸ்

நம் கைகளை நமக்கே நெருக்கமாக்க குளிர்காலம் வருகிறது
கடந்த குளிர்காலத்தில் கடைசி வாரத்தில் அவனைச் சந்தித்தேன்
உடையை விட அவனது உரையாடல் நேர்த்தி
உன் வீடு எங்கே? என்றேன்
13 - ஆவது நிழற்சாலை
இலுப்பை மரத்திற்கு மிக அருகில் என்றான்
பிறகொரு நாள் அவன் சொன்ன இடத்திற்குச் சென்றேன்
13 - ஆவது நிழற்சாலையின் இறுதியில் இலுப்பை மரம் இருந்தது
அருகில் வீடெதுவும் இல்லை.
வீடென்பது கதவு சன்னல் கூரையோடு இருக்க வேண்டும் என்று
எவ்வளவு பழக்கப் படுத்தப்பட்டு இருக்கிறோம்.
சொர்கத்திலிருக்கும் ஒரு மாளிகையைப் பார்த்து
காஃபா கட்டப்பட்டதாகச் சொல்லுகிறார்கள்.
அதற்கு நிகராக இருந்தது அவனது வீடு.

அன்பினால் எல்லாவற்றையும் வரவழைத்தவர் நீங்கள்

தொப்புள் என்பது காற்றாலும் வெயிலாலும்
தழும்புகள் படர்ந்த வயிற்றின் நடுவில் ஒரு தீவென கூறினாய்
நல்ல மழைப் பெய்தது
புன்னகை என்பது பற்களால் சூழப்பட்ட வெளிச்சமுள்ள
தீவென கூறினாய்
இளவெயில் வந்தது
பேசுவதை நிறுத்திவிட்டாய்
பருவ காலங்கள் தாமதமாக வருகின்றன
யாத்ரீகரின் கால்கள் புதிய இடத்தைத் திறப்பது போல
விரைந்து வாருங்கள்
என் இதயத்தை வீட்டை தெருவை சாலையை திறக்க.

மாத்திரை

மூக்கடைப்பு காரணமாக
இரவு முழுவதும்
பனியால் மூடப்பட்ட ஒரு புளிய மரம் போல படுத்திருந்தேன்.
மறுநாள் மருத்துவமனையில்
ஒரு சிறுவனைப் பார்த்தேன்
அவனுக்கு என்னை விட உடம்பு சரியில்லை.
சிரமப்பட்டு சுவாசித்துக் கொண்டிருந்தான்
கொடுங் காற்றில் சிக்கித் தவிக்கும்
பாய்மரப் படகு போல தோற்றமளித்தான்
ஆனாலும் இருவரும் புன்னகைத்துக் கொண்டோம்
இன்றிரவு அவனைப் பற்றி நினைக்கிறேன்
அவன் புன்னகையை மாத்திரையாக எடுத்துக் கொள்கிறேன்
விடியலில் குணமடைவேன்.

சில நாள்கள் இப்படியும் கடக்கின்றன

என்னால் எதுவும் செய்ய முடியவில்லை.
ஒரு வேளை சாப்பாட்டை
ஒரு வாய் சோற்றை
ஒரே பருக்கை கூட சாப்பிட முடியவில்லை.
என்னால் புன்னகைக்கவும் கை கால்களை நீட்டவும்
முடியவில்லை.
வானத்தைக் கூட என்னால் கவனிக்க முடியவில்லை
உண்மையில் எனக்கு என்ன பிரச்சனை என்று தெரியவில்லை.
இந்த அமைதியை கரடு முரடான பாறை எனவும் நீங்கள்
சொல்லவும் கூடும்.
இது பிடிவாதம் அல்ல
இது பிற்போக்கு அல்ல
இது அக்கறையின்மை அல்ல
இது சோர்வு அல்ல
இது அலட்சியம் அல்ல
இந்த விஷயங்கள் எதுவும் இல்லை
ஆனாலும் உலகமே என் மேல் நிற்பது போல் இருக்கிறது.

எனது பாட்டிகளும் உனது பேத்திகளும்

பாலைவனத்துக்கு விடைகொடுத்து விட்டு தாவர உலகத்திற்கு வருவது போல காப்பேறிய முகங்களோடும் கால்களோடும் பராரிகள் திரும்புகிறார்கள் என மகளிடம் சொன்னாள்.
அம்மா! நான் பயப்படுகிறேன்
நீ நட்சத்திரங்களைக் கவனி அவற்றைக் காற்று மறைக்காது அவை அரசாங்கத்திற்குச் சொந்தமானது அல்ல பணக்காரர்களுக்கு உரியது அல்ல உனக்கென்று ஒரு நட்சத்திரம் இருக்கும்.
அம்மா! ஒரு நட்சத்திரம் வேண்டும்.
கோடை நிலவுக்கு அருகில் வெள்ளைக் கரடிகளின் பின்னால் குட்டி முயல்கள் மேகங்கள் போல நடித்துக் கொண்டு திரிகின்றன அவற்றையும் கவனி.
அம்மா! ஒரு கரடி வேண்டும்
வானம் இருண்டு விட்டது பார்! கருத்த மேகங்களால் வானம் இருளவில்லை. யாரோ ஒரு வித்தைக்காரனின் செயல் இது. கீழே எல்லா குளத்து நீரையும் உறைய செய்து விட்டான் பனி யுகம் இது தானா என்று நீர்வாழ்விகளெல்லாம் திகைக்கின்றன. அவற்றிற்கு எந்த வழியும் தெரியவில்லை குரல் எழுப்பவும் முடியவில்லை..
அம்மா! நான் உறைந்து போகிறேன்.
யார் குரலையும் கேட்க விரும்பாத மரத்தால் ஆன காதுகளைக் கொண்டவர்கள் ஆளுகிறார்கள். காய்ந்த ரொட்டியைப் பல் விழுந்தவனுக்கு யாராவது கொடுப்பார்களா? இன்று அரசாங்கங்கள் அப்படித்தான் திட்டம் தீட்டுகின்றன.
அம்மா உன் பேச்சைக் கேட்கமாட்டேன் எனக்குப் பசிக்கிறது!
தூங்கு குழந்தையே! பசியால் தூங்காத குழந்தைகளைக் கரடி வந்து தூக்கிச் சென்று விடும்.
அம்மா! கண்களைத் திறந்தபடி எனக்குத் தூங்கத் தெரியவில்லை. எனது பாட்டிகளும் உனது பாட்டிகளும் அப்படித்தான் தூங்கினார்கள் எனது பேத்திகளும் உனது பேத்திகளும் அப்படி தூங்கக் கூடாது மீனைப் போல தூங்கு மகளே!

கடிகார அடுப்பு

கடிகாரங்களைப் பழுது பார்ப்பவர்
உடைந்த கடிகாரங்களால் செய்த
அடுப்பை உருவாக்கி இருக்கிறார்.
அவர் கவனக்குறைவாக எரியூட்டும் நெருப்பு
வேறு சில வேலைகளைச் செய்ய முற்படுகிறது.
கடிகாரத்தில் ஒரு திருகு ஆணியின் மரையைத் திருப்புவது போல
ஒரு கொள்ளிக் கட்டையைத் திருகினார்
அடுப்பு கச்சிதமாக எரிகிறது.

குல்லை

பல இலட்சம் பூக்களைத் தொடுத்த கைகள் நடுங்கத் தொடங்கியதும்
தாத்தா பூக்கடைக்குச் செல்வதை நிறுத்திவிட்டார்.
தன் கை விரல்களைப் பூக்களென சொன்னவர்
உலகின் எல்லாவற்றையும்
ஒரு பூவோடு ஒப்பிட்டு பார்த்துக்கொள்வார்.
தலைமுடி சிலுப்பி இருந்தவனை
மழை மோடத்தில் கருகிய சாமந்தித் தலை என்றார்.
பூக்கள் வரைந்த பீங்கான் தட்டுகளில் மட்டுமே சாப்பிடும் அவர்
சில நாள்களாக
ஒவ்வொரு வேளையும் சாப்பிடும்போது
தட்டில் வரைந்திருக்கும் பூக்களை யாருக்கும் தெரியாமல் சாப்பிட்டார்.
தட்டுக்களைக் கழுவுவதால்
பூக்கள் காணாமல் போவதாக நினைத்திருந்த பாட்டி
ஒரு நாள் அவர் சாப்பிடும் போது
வாயிலிருந்த பீங்கான் பூக்களைப் பார்த்து திடுக்கிட்டாள்
அன்றிலிருந்து தாத்தா சாகும்வரை
தினமும் ஏதாவது ஒரு பூவைச் சமைத்து தந்தாள்.
முருங்கை வாழை அகத்தி தும்பை மணிச்சிகை ஊமத்தை
பூசணி சாதி பத்திரி நெருஞ்சி வேலிப்பருத்தி
ரோஜா கஜ குல்லை² என.

---
2. கஞ்சா பூ

உழவன்

சால் கொட்டை போன்ற கண்களுடன்
பக்கத்தில் உறங்கும் இந்தப் பெண் என் வீடு.
அவளைப் போலவே,
என்னைச் சுற்றியுள்ள அனைத்தும் ஓய்வெடுக்கின்றன.
அவள் எழுந்தவுடன் எல்லாம் மாறும்.
தடுக்குப் படல் கதவு மீண்டும் திறக்கும்,
நிறம் வெளியேறிய பொருள்கள் மீண்டும் அசையும்
அவள் காலடிகள் வாசலை வளவை உயிர்ப்பிக்கும்,
கோழிகளை ஆட்டுக்குட்டிகளை எருமைக் கன்றுகளை
கட்டாந்தரையை சூரிய ஒளி வந்து எழுப்பும்
நான் என் வார்த்தைகளுக்கும் வயலுக்கும் திரும்புவேன்,
புழுதி மண்ணும் பறவைகளின் குரலும்
எனது நாளைச் சூழ்ந்து கொள்ளும்
கடந்த ஆண்டு பருவமழை பொய்த்ததைப் பற்றிய நினைவின்றி
உழு கருவிகளோடு வயலில் இறங்கும் எனக்கு
உயிர் வாழ்வதற்கு மறதிதான் பழங்கால வழிமுறை.

காந்தியாரும்~ Lexotan 12 ம்

மனநல மருத்துவர் என்னிடம் கேட்டார்:
உங்கள் மூளையில் இருக்கும் அனைத்தையும் சொல்லுங்கள்.
நான் கஷ்டப்பட்டேன்~
நான் அமைதியாக இருந்தேன்:
அவர் மீண்டும் கேட்டார்:
நீங்கள் இப்போது என்ன நினைக்கிறீர்?
பிரதமரின் உடை அலங்காரத்தை நினைத்துக் கொண்டிருந்தேன்
ஆனால் திடீரென காந்தியிடமிருந்த
காகா கலேல்கரின் கைத்தடி ஞாபகம் வந்தது
பதிலளிக்காமல் அமைதியாக இருந்தேன்
அடுத்து கேட்டார்:
எதைப் பற்றி கவலைப்படுகிறீர்?
இந்திய நகரங்களின் பழைய பெயர்களுக்கும் எனக்குமான தூரம்
குறித்து கவலைப்படுகிறேன் என்பதை மறைத்தேன்
இரண்டு நதிகளுக்கு இடையேயான குறைந்த தூரம் கண்ணீர்
வழியும் இரு விழிகளுக்கு இடையேயானது என்றேன்.
அவர் உத்திரபிரதேசத்தில் வீடுகளை இடித்த JCB போல
மூச்சு விட்டார்.
எனக்குக் குழப்பமாக இருந்தது.
கண்களை மூடும் போது உங்களைப் பார்த்துக்கொண்டிருக்கும்
ஒருவரை ஒருவேளை கண்டுபிடிக்கலாம் என்றார்.
கண்களை மூடினேன்
கல்கத்தாவின் ஒரு தெருவில்
காந்தியின் ஒரு துளி கண்ணீர் உலர்ந்த ஓர் இலையின் மீது விழுந்தது[3]
மருத்துவர் சொன்னார்:
இந்த ஆண்டிலும் நம்மால் எதுவும் செய்ய முடியாத இரண்டு
நாட்கள் உள்ளன:

---

3. 14.8.1947 அன்று நவகாளி யாத்திரயையில் நடந்தது.

நேற்று மற்றும் நாளை[4]
காந்தியின் குரல் அவருக்கு எப்படி வந்தது?
ஆச்சர்யமாக இருந்தது
தெளிவு மெல்ல கூடியது
காந்தி ஒரு பாதி மனநல மருத்துவர் என
கண் விழித்து நிமிர்ந்தேன்.
எங்கே அன்பு இருக்கிறதோ,
அங்கே வாழ்க்கை இருக்கிறது[5] என எழுதிய
சுவர் நாட்காட்டி தொங்கியது
மருத்துவர் தந்த
மருந்து சீட்டைப் பார்த்தேன்
Tab - Lexotan 12 --- 30
காந்தி என்று எழுதி இருந்தது.

---

4. காந்தியடிகள் எழுதியவை.
5. காந்தியடிகள் எழுதியவை.

அழுகை

இரண்டு வயதிற்கும் குறைவான குழந்தை
என்னைத் தொட்டித் தண்ணீரில் தினமும் குளிப்பாட்டினாள் அம்மா
சோப்பு நீர் என் கண்களில் படாமல் இருக்க
தலையில் மெதுவாக ஊற்றுவாள்
அது நிறைய நேர்க் கோடுகளாக மாறும்
தினமும் அழுவேன்
கிட்டத்தட்ட பின் முழங்கை மடிப்பு வடிவில்
ஒரு தவளை நாள்தோறும் வரும்
நீட்டிய பின்னங்கால்களில் நின்று
என் அழுகையை நிறுத்தும்.

சுவர்

சுவருக்கு எதிராக முழக்கமிட்டு உயர்த்தும் கைகளின் உருவில்
ஒரு பொம்மையின் தலை அசைகிறது.
சுவரை எதிர்கொள்ள உயிரை உடலை நிறுத்துகிறோம்.
சுவருக்கு எதிராக கேள்வி கேட்கிறேன் பிரார்த்தனை செய்கிறேன்
கிசுகிசுக்கிறேன் குத்துகிறேன்
தொண்டை கிழிய கத்துகிறேன் சுய இன்பம் செய்கிறேன்.
மரத்தின் ஒவ்வொரு இலையும் கவனமாக வெளிப்படுவது
போல
சுவர் வெளிப்படுகிறது
அதனால் சுவருக்கு எதிராக தடுமாறுகிறேன்
நிலைகுலைகிறேன் மூச்சுத் திணறுகிறேன் துப்புகிறேன்
வாந்தி எடுக்கிறேன் சில நேரம் இயலாமையில் என்னையே
வெறுக்கிறேன்.
நீங்கள் எந்தச் சுவருக்கு எதிராக நிற்கிறீர்கள் என்று கேட்டேன்
சுவர் என்றால் சுவர் மட்டும் தானா என்று கேட்கிறார்கள்.

இதயம்

எல்லா மெழுகுவர்த்திகளையும்
ஏற்றி வைப்பவர்கள்
ஒரு குளிர்காலக் கல் போல நிற்கிறார்கள்.
அவர்களின் பசியைத் தாண்டி
நோயைத் தாண்டி
வலியைத் தாண்டி
பிரியமானவர்களுக்காக ஒரு வேண்டுதலை வைக்கிறார்கள்
அந்த வேண்டுதல் முடியும் போது
ஒவ்வொரு சுடரும் மஞ்சள் இதயமாக மாறுகிறது.

வெப்ப நிலா

இந்தப் பூமியில்
என் விருப்பத்திற்கு ஏற்ப நான் கூட இல்லை.
என்னைச் சமாதானப்படுத்த
ஒரு சிறிய கடல் ஆமையின் எடையில்
ஒவ்வொரு நொடியும் சூரிய ஒளி விழுகிறது.
சொன்னதை மறந்து விடும் அன்புக்குரியவர்கள்
இந்த நண்பகலில்
என் குரல்தான்
முதலில் தொலைந்து போகிறது என்கிறார்கள்
அவர்களை வெறுக்க மனமின்றி
கையில் இருக்கும் நாய்க்குட்டியோடு
பூமியில் விழும் அனைத்து ஒளியையும்
நானே வைத்திருப்பதாகக் கற்பனை செய்கிறேன்
நாய்க்குட்டி "லொள்" என்கிறது
மொத்த சூரிய ஒளியும்
ஒரு கைப்பிடி அரிசிபோல பூமியெங்கும் இறைகிறது.

ஜப்பானின் ஐனோசிமா தீவில் இருக்கும் ஒவ்வொரு மனிதனுக்கும் பத்து பூனைகள் வீதம் உள்ளன.

ஒப்புரவு

பாட்டி இறந்த பிறகு அவளுடைய அறையை
அலுவலகமாகப் பயன்படுத்த தொடங்கினான்
அவளது பூனைக்குட்டி அங்கேயே வளைய வளைய வந்தது
அதை உடனடியாக வெளியேறச் சொன்னான்
உனது அலுவலகத்தில் குப்பைத்தொட்டி இல்லையே
சுருண்டு படுத்து கொள்கிறேன்
என்னைக் குப்பைத் தொட்டியாகப் பயன்படுத்திக்கொள் என
பூனைக்குட்டி சொன்னது
ஒத்துக் கொண்டான்
அடுத்தடுத்த நாள்களில்
அறையைத் துப்புரவு செய்து கொட்டினான்
திறந்த பெட்டி போல உடலைச் சுருட்டிக்கொண்டது
தினமும் பூனைக்குட்டியைத் தூக்கிச் சென்று
குப்பையைக் கொட்டி திரும்பும் அவன்
இன்று புதியதாக
ஒரு குப்பைத் தொட்டி வாங்கி இருக்கிறான் கூடவே
பூனைக்குப் பால் ஊற்றும் சிறிய கிண்ணத்தையும்.

பாடல்

இரவுக்கு அடியில் சிரிக்கும்போது
யாரோ வானத்தைப் புகழ்ந்து பாடுகிறார்கள்
அதற்கு இணையாக
பழைய மண் சுவரில் இருக்கும் எலும்புத் துண்டை எடுத்து
நினைவுகளை எழுதுகிறேன்
பாடல் துளியாகி அருவியாகி ஆறாகி பெருகுகிறது
இரவில் பாடுகிறவர்கள் எல்லோரும்
மனதைத் திருடுபவர்களாக இருக்கிறார்கள்
நம்மை நாமே நீரில் அமிழ்த்து எடுப்பது போல
அப்பாடல்களில் நாம் மூழ்குகிறோம்
கானல் செடிப் பூவின் நீல நிறத்தையும் அன்பையும்
வேறுபடுத்த முடியாதென்ற அப்பாடல்
உலகின் எல்லா நிறமும் கண்களுக்கு மட்டுமல்ல என்று முடிகிறது.

ஆணும் பெண்ணும் பேசுகிறார்கள்

ஆப்பிளும் கத்தியும் அருகருகே இருந்தன.
நெடு நேரமாய் ஆப்பிள் கத்தியிடம் கெஞ்சியது:
என்னை வெட்டுவதற்குப் பதிலாய் ஒரு கழுத்தை வெட்டு
பெருகும் குருதிக்கு இணையான பூங்கொத்து எதுவுமில்லை.
கத்தி சொன்னது: ஆப்பிள்களை அடிக்கடி வெட்டும் சுகத்திற்காகவே
யார் கழுத்தையும் வெட்ட துணியமாட்டேன்.

மேசையிலிருந்து விழுந்து சிதறி
உயிரை மாய்த்துக்கொண்டது ஆப்பிள்.

கத்தி சொன்னது: கீழே விழுவதால்
ஆப்பிளைப் போல அதிகம் பேசப்பட்டதில்லை எதுவும்!

இந்த பூமியில் உள்ள ஒவ்வொருவரும் தினம் ஒரு மரத்தை வெட்டினால் போதும் ஒரு வாரத்தில் பூமியை அழித்துவிடலாம் அணு குண்டு எதுவும் தேவையில்லை
- 'பூமியெங்கும் கால்கள்' என்ற நூலில் பூவிதழ் உமேஷ்.

நீங்களில்லை

ஒரு மரம்
அதில் கனிகளில்லை
கிளைகளில் பறவைகள் இல்லை
இருவர் வெட்டுகிறார்கள்
உங்களிடம் எவ்விதப் பதற்றமும் இல்லை
மரத்தின் மீது ஒருவன் இருக்கிறான்
உங்களின் முகம் கொஞ்சம் மாறுகிறது
மரத்தின் மீதே நீங்கள் தான் இருக்கிறீர்
உங்களிடம் எவ்வளவு பதற்றம்
சரி சரி அங்கு மரமே இல்லை
சாவகாசமாய் இருங்கள்.

வெட்டிய தண்ணிப் பழ தேசம்

தேசங்களைக் கடந்து மனிதர்கள்
மீண்டும் மீண்டும் தலைகுனிகிறார்கள்.
முன்னறிவிக்கப்பட்ட வலி போல்
காசா-வின் தெருக்கள் இருக்கின்றன.
மக்கள் தூசு போல அலைகிறார்கள்.
நட்சத்திரங்கள் கைகளைத் திறக்கும் நாட்கள்
எப்போது வரும் என ஏங்குகிறார்கள்.
எறும்புகளைப் போல நினைவிலிருந்து
ஒரு கருணையை, ஒரு மீட்பை இழுக்க முயலுகிறார்கள்.
நீண்ட வரிசையில் நின்று பெற்ற
ஒரு ரொட்டித் துண்டைக் குழந்தைகளுக்கு ஊட்டிய பிறகு
அவர்களின் சிரிப்பைத் தின்று தண்ணீர் குடிக்கிறாள் ஒரு தாய்.

உயிருடன் இருப்பதற்காக

ஒரு சாமியார்
இறந்துவிட்டதாகக் கனவு கண்டேன்
அவரின் இறுதி ஊர்வலத்திற்குச் செல்ல தயாராகிக்
கொண்டிருந்தேன்
ஒருத்தி அழுவதைப் பார்த்தேன்
நான் முற்றிலும் சோகமாக இல்லை
ஆனாலும் எனக்கும் கண்ணீர் திரண்டு வந்தது
இரவு முழுவதும் மூக்கு நுனி கடந்து நனைந்தது.
மறுநாள் அவரைப் பற்றி ஏதாவது பதிவுகள் இருக்கிறதா என
வாட்சப் பேஸ்புக் மீடியம்
இன்ஸ்டா டம்ளர் டிஸ்கார்ட் நிலைத் தகவல்களில் தேடினேன்
எதிலும் அஞ்சலிக் குறிப்புகள் இல்லை
கொஞ்சம் ஆறுதலடைந்தேன்
அவரைத் தேடிச்சென்று கை குலுக்கினேன்
பாருக்குச் சென்று குடித்தோம்
எதற்கு இந்த விருந்து என்று கேட்டார்
நீங்கள் உயிருடன் இருப்பதைக் கொண்டாடுவதற்கு என்றேன்.

பாதி காதலி

அவ்வப்போது காலம்
அந்த ஜன்னலுக்கு எதிராகக் கற்களை வீசியது
ஆய்வகத்தை எரித்த டயமண்ட் நாய் ஆறாவது கூழாங்கல்[6]
முன்பு ஆப்பிள் பூக்கள் விழும்போதும் நியூட்டன் அதே
சன்னலோரம் இருந்தார்.
ஒரு கன்னியாஷ்திரியுடனான அவரின் loose relationship போல[7]
மனதில் இறுக்கம் தவறி இருந்தார்
கண்களில் ஊசியை அவரே குத்திய பிறகு[8] கிட்டத்தட்ட சமமான
மனநிலையுடன் இருந்தார்.
ஒவ்வொரு காதலர் தினத்திலும் பூக்கள் வாங்கக் காத்திருக்கும்
அழகான வரிசைகளைப் பார்க்காமல் கடந்தார்.
ஆய்வகத்தையே நம்பியவர்
எப்படி 57 பாவங்களைச் செய்திருப்பார்?[9]
செய்திகளை வடிகட்டத் தெரியாத அவரின் இரண்டு
பிறந்தநாளுக்கும்[10] வாழ்த்து சொன்னேன்
ஆற்றின் மீதிருக்கும் பாலம் போல
நாங்கள் கை குலுக்கிக்கொண்டோம்
ஜூலியன் காலண்டரில் அவரும்
கிரிகோரியன் காலண்டரில் நானும்.

---

6 நியூட்டன் வாழ்வில் நடந்தவை
7 நியூட்டன் வாழ்வில் நடந்தவை
8 நியூட்டன் வாழ்வில் நடந்தவை
9 நீயூட்டன் எழுதியது
10 நியூட்டன் வாழ்வில் நடந்தவை

பழைய நூற்றாண்டில் வாழ்தல்

நேற்று பழைய நூற்றாண்டில் வாழ்ந்தேன்.
தப்பும் சோற்றுக் கவளத்துக்காக
யானையின் உமிழ்நீரால்
போர்க் கருவிகளைக் கழுவும் வேலை செய்தேன்.
துரு கலந்த காய்ந்த இரத்தமும் தசைத் துணுக்குகளும்
விரல்களை எல்லாம் வயோதிகத்திற்கு மாற்றின.
சுற்றிலும் அழுகிய நட்சத்திரமீனின் வாடையில்
கழுவிய சகதியில் ஒரு மூங்கில் குச்சியாக நின்றேன்.
முட்டையைப் பார்த்து பறவையை வரைந்தது போன்ற
எனது முகத்தை
சமவெளிகளும் மலைகளும் பார்த்தபடியே இருந்தன.
பண்டைய கடவுள்கள்
பழைய தட்டு முட்டு சாமான்களில் இருந்தார்கள்.
இருளான கடந்த காலத்தின் உள்ளே நடந்தேன்.
மடிப்பு மலைகளைப் போல ஏற்றத் தாழ்வுகள்
பாதி கால்களே இருப்பது போல தெருவில் நடக்க அனுமதி இல்லை
தொண்டை இல்லாதவர்கள் என்பது போல தண்ணீர் எடுக்க
அனுமதி இல்லை
தொடாதே! வராதே! பார்க்காதே! என்பவை
அரை மனிதர்களிடம் அனிச்சைச் சொற்களாக இருந்தன.
மூளையையும் இதயத்தையும் ஒரே நேரத்தில்
அழுத்தியதாக திணறினேன்
"இருட்டு இருட்டு" என்று கதறினேன்
தப்பித்து வெளிச்சத்தில் குதித்தது போல இன்றுக்குத்
திரும்பினேன்.

மச்சம்

மனிதர்களின் புன்னகையின் கீழ்
எல்லாமே வடிவம் பெறத் தொடங்குகின்றன
நீண்ட நேரம் வடிவம் காட்டாதிருந்த செம்பரிதி
மாலையில் சாயும்போது எல்லோருக்கும் தெரிவதைப் பாருங்கள்.
கதாபாத்திரத்திற்குத் தேவைப்படுகிற சோகத்தில் நடிக்கும் போது
தனது சோகங்களையும் வெளிப்படுத்துகிற
நடிகையின் உதட்டுக்குக் கீழே
அது மச்சமாகி மீண்டும் உதிக்கிறது.
தாவரங்களுக்குத் தலை சீவி விட மழையே வா என
நடிகையின் உதடுகள் எப்போதும் பாடுகின்றன.
பாதை வளைவுகளிலிருந்து திரும்பி வரும்
ஒரு பழங்கால பாணர் குழு
அவள் குரலுடன் இணைந்து கொள்கிறது
சூரியனை வானத்திற்கு உயர்த்தியபடி
அருவியும் ஓடையும் அதே பாதையில் இறங்குகின்றன.

மேலே பறந்த புறாக்களும் இல்லை

செருப்புகள் சிதறிய தெருவில்
கண்ணீர் மல்க கைகூப்பும் ஒருவனையும்
இறந்தவனின் காதை எலிகள் கொரிப்பதையும் பார்த்தேன்.
முடிந்துவிட்ட ஒரு கலவரத்தை மேற்கண்டவாறு நினைவு கூர்வது
இடிபாட்டுச் சிதறலை
பாட்டியின் சுருக்குப் பையில் வைத்திருப்பது போல இருக்கிறது.
கலவரத்திற்காக முட்டாள்களை வெறியூட்டுவது எளிது.
எந்த முழக்கத்தையும் அவர்களின் இதயத்தில் சொருகி விடலாம்.
எனக்கு முன்னால் தலையில் தீவைத்துக்கொண்டு
சில முட்டாள்கள் செல்கிறார்கள்.
அந்தத் தீயே அவர்களின் கொடி.
அவர்களிடம் இன்னொரு கட்டடத்தை உருவாக்கும் செங்கற்கள்
இருக்கின்றன.
அவை இடிபாடுகளில் இருந்து எடுக்கப்பட்டவை.
அதில் இரத்தமும் ஒட்டி இருக்கிறது.
பொய்யும் ஒட்டியிருக்கிறது.

பழைய குளக்கரை

பல நூற்றாண்டு பழமையான ஒரு குளத்தின் கரையில் நிற்கிறேன்.
இதுவும் தோரோவின் வால்டன் குளம் போன்றதுதான்,
இந்த நேரத்தில் மது விடுதியில் இருப்பவர்கள்
சத்தமாகச் சிரிக்கிறாரகள்
அது இக்குளத்தில் சிறுவர்கள் குதிக்கும் சத்தம்.
திரை அரங்கில் இருப்பவர்கள் கைதட்டுகிறார்கள்.
அது நீர்ப்பறவைகள் திடீரென பறக்கும் சத்தம்.
கட்டங்கள் மிதக்கும் இக்குளத்தில் இன்னும் சிறுவனாகவே நிற்கிறேன்
16/36 ஆவது EMI தான் ஆனாலும் செல்பேசி Hang ஆகிவிட்டது
அழைக்க முடியவில்லை.
உடல் உறுப்புகள் எதுவும் பயன்படாத தருணம் இது.
சேர்க்க வேண்டிய zomoto உணவு பொதியோடு நிற்கிறேன்.
அன்பைத் தேடும் மனுஷ்யபுத்திரன் கவிதை போல
யாரோ ஒருவரின் பசி என்னைத் தேடுகிறது
பச்சையாகச் சில கெட்ட வார்த்தைகள் உதிர்க்கிறேன்.
செல்பேசியை அணைத்து உயிர்ப்பிக்கிறேன்.
இளமங்கையின் தழுவலுக்கு நிகரான அழைப்பொலி ஒலிக்கிறது.
முதல் அழைப்பு 1.35 நிமிடம். முப்பத்து ஏழு
வார்த்தைகள் பேசினேன்.
பன்னிரெண்டு முறை Sorry madam.
Google map கடவுளாகியது.
அடுத்த அழைப்பு 48 வினாடிகள் பத்து முறை Sorry madam
அடுத்த அழைப்பு 32 வினாடிகள் எட்டு முறை Sorry madam
அடுத்த அழைப்பு 11 வினாடிகள்
அடுத்த அழைப்பு 6 வினாடிகள்
அடுக்ககம் 7, 12A/2
விரலில் இருந்த சிகரெட் புகையையும் மீறி

அவளின் நறுமணம் பரவியது.
அவள் இவ்வளவு காலமும் குடித்த மது முழுவதும்
உதட்டிலேயே இருந்தது.
முப்பத்து ஆறாவது முறையாக Sorry Madam சொன்னேன்
என் எதிரே Sorry Madam -கள் குவிந்து இருந்தன.
சில கெட்ட வார்த்தைகளைப் பாப் பாடல் போல ஒலித்தாள்.
அவளின் வசைகளுக்கு ஐந்து நட்சத்திரங்களை வழங்கி
ஒரு பின்னூட்டம் இட்டேன் "காதலிக்கத் தகுந்தவள்".
பசி உலகலாவிய பிரச்சனை என்பது போல வசைச் சொற்களும்
உலகலாவியவை.

பாதி தீப்பிடித்து எரியும் குதிரை

ஒப்பனையை விட அதிக நேரம் நீடிக்கும்
துக்கம் இந்த ஊரில் உள்ளது.
அது பாதி தீப்பிடித்து எரியும் குதிரையைப் போல
எல்லோரிடமும் ஓடுகிறது
யாரிடம் எது கனமாக இருக்கிறதோ அதன் மீது ஏறிக்கொள்கிறது.
ஒற்றைத் தலைவலி இரத்த அழுத்தம்
பசி வெறுப்பு இயலாமை ஆணவம் என
கிடைப்பதன் மீதெல்லாம்
ஓர் ஈர முக்காடு போல ஏறிக்கொள்கிறது
அடுப்புக்கரியை உடைப்பது போல மனிதர்களை உடைக்கிறது
துருக்கி மலைகள் மேகங்களை உறிஞ்சிக்கொள்வது மாதிரி
சில மனிதர்களையும் உறிஞ்சிக் கொள்கிறது.

வெள்ளை தேவதை

அந்தச் செவிலிக்கு
பிறந்த குழந்தையின்
முதல் அழுகை மட்டுமே கேட்கும்
அவள் ஓய்வு பெறும் நாளில் பிறந்த குழந்தை
நீண்ட நேரம் அழவில்லை
அழுகை கேட்காத அவளுடைய காதுகள்
பெரியதாக வளர ஆரம்பித்தன
வெருகு காது போல
ஆட்டின் காது போல
மாட்டின் காது போல
இறுதியில் யானையின் காது போல
ஒவ்வொருவர் மனதிலும் குழந்தை இறந்து கொண்டிருந்தது
தண்ணீர் ஊற்றி
ஆறாவது முறையாக முதுகைத் தட்டினாள்
வீரிட்டு அழுதது குழந்தை
செவிலி யானைக் காதுகளோடு ஓய்வு பெற்றாள்.

ஆடுகளும் பீச் வாலிபால் ஆடும் பெண்களும்

தண்ணீருக்கு ஒரு கல்லறை உள்ளது
அது மேகம்.
அதைச் சுற்றியிருக்கும் புற்களில்
எனது ஆடுகளை மேய்ப்பதற்கு விரும்புகிறேன்.
பீச் வாலிபால் விளையாடும் பெண்களைப் போல
அவற்றை அங்கு குதிக்க ஓட விளையாட விடுவேன்.
இமைக்க மறந்து
இளம் பெண்ணின் மார்பு போல மேலிருந்து பூமியைப் பார்ப்பேன்.
செடிகொடிகளிடம் இந்தச் சுற்றுலா பற்றி பேசிக் கொள்வோம்
பூமிக்குத் திரும்பி வந்ததும்.

கண்களைச் சூடியவள்

ஒரு பூக்கூடையில் கொஞ்சநேரம் ஒளிந்துகொண்டேன்.
கண்கள் பூக்களோடு பூக்களாகத் தெரிந்தன.
வந்தவள் பூக்களுக்குப் பதிலாய்
எந்தன் ஒரு கண்ணை எடுத்து சூடிக் கொண்டாள்.
உலராத வாடாத பூவொன்று உலகத்தில் உண்டானது.
என் கண்ணை என் கண்ணாலே பார்த்தது
சன்னல் வழியே
இன்னொரு வீட்டைப் பார்ப்பது போல இருந்தது.
இன்னும் சில பூக்களைச் சூடினாள்.
கண் நழுவி கூடையிலே விழுந்தது.
கூடையிலிருந்து வெளியேறி அவள் பின்னாலே நடந்தேன்.
எனக்குச் சூடிய பூவாக ஒரு கண்
சூடாத பூவாக ஒரு கண்

கலைக்கூடம்

கோடை காலம் அதன் இருப்பை நம் தலை மீது
காட்டுவதை விட
வெறுங்கால்களுக்குக் கீழேதான் அதிகம் வெளிப்படுத்துகிறது.
இந்தக் கோடையில்
குதிகால்களை மட்டும் புகைப்படம் எடுக்கும் ஒருவனைச் சந்தித்தேன்
அவனிடம் எத்தனை எத்தனை குதிகால் படங்கள்.
வெடிப்பேறிய சேறு படிந்த வியர்வை ஊறிய
விதவிதமான குதிகால்கள்
கொப்புளங்களோடு வெடித்தவைகளும்
தங்கக் கொலுசனிந்தவைகளும்
எதிரெதிர் திசையில் இழுத்தன.
அவனது ஆர்வம் பற்றி
கேள்வி ஏதும் கேட்காத என்னை விநோதமாகப் பார்த்தான்.
அவனுடைய குதிகால்களைப் படம் எடுத்த என்னை
வியப்பாகப் பார்த்த அவன்
மனிதனின் குதிகால்கள் இரண்டு இலைகள் என்றான்.
நானும் வெறுங்காலில் நடந்தேன்
என் இலைகளைப் பார்த்துக் கொண்டேன்.

கோடாரியுடன் போட்டி

மரங்களை வெட்டுவதற்கு
கோடாரியுடன் தண்ணீர் போட்டியிட்டது.
கோலப் பூச்சி போல மரத்தை அசைத்தது.
ஒரு முறை கூட கோடாரி கேலி செய்யவில்லை.
உன்னை மேலும் தயார் செய்து கொண்டு வா என்று
தண்ணீரிடம் கூறியது.
தண்ணீர் நீண்ட காலம் உறங்கி பனிக்கட்டியாக விழித்தது.
உலகின் எந்தக் கோடாரியை விடவும் சிறப்பாக வெட்டியது.
காடு அதற்கு முன் அவ்வளவு குளிரை ஒருபோதும்
அனுபவித்ததில்லை.

குரல்

என் தலையில் ஒரு சிறிய குரல் இருக்கிறது
அதன் கட்டளையிலிருந்து குறிப்புகளை எடுத்து உச்சரிக்கிறேன்
இந்தக் குரல் கடவுளுக்கோ அல்லது
எந்த அருங்காட்சியகத்திற்கோ சொந்தமானது அல்ல
இது என்னைத் தவிர உலகில் யாரிடமும் இல்லை
குரல் ஒரு செடி போல வளர்கிறது
யாருடைய காதும் அதற்கு நீருற்றுகிறது.
குரல் ஒரு தீ போல எரிகிறது
யாருடைய குரலும் அதற்கு எண்ணெய் ஊற்றுகிறது.
இதயத்திலும் ஒரு சிறிய குரல் இருக்கிறது
அதன் வேண்டுகோளில் இருக்கும்
குறிப்புகளை எடுத்து உச்சரிக்கிறேன்.
இந்த வேண்டுகோள்
பாறைகளுக்கும் மரக்கட்டைகளுக்கும் கூட கேட்கக்கூடியது
இது என்னிடம் இருக்கிறது
உலகில் யாரிடமும் இருக்கிறது.

பொருத்து தலைமுடி

ஒரு விக் எப்படி தலையில் பொருந்துகிறது
பலமுறை யோசித்தேன்
அருகருகே இரண்டு இளம் மலையேறுபவர்கள்
ஒரு பனிப்பாறையை விரும்பி பார்ப்பது போல
என் கண்கள் அவரது தலையைப் பார்க்கின்றன.
அந்த விக் நிலத்தில் கால் ஊன்றிய
தவளையைப் போல இருக்கிறது
அந்த விக் காட்டுத் தீயிற்கு பிறகான
காட்டுக்கோழி போல இருக்கிறது
கண்ணாடியில் முகம் பார்க்கும்போது
அவருக்கு இவற்றை போன்ற எதுவும் தோன்றியிருக்காது
சமவெளியில் உருவாகின்ற வழுக்குப் பாறையை
எந்த உழவர் விரும்புவார்.

நாம் பிரிந்துவிட்டோமா?

நீயும் நானும் ஒன்றாக இல்லாத இடத்தில் இருந்து
உன்னைப் பற்றி எழுதுவது
கரும்புத் தோட்டத்திலுள்ள நீர்யானை போல
விசித்திரமாக இருக்கிறது
புறாக்கள் பறந்துவிட்டதைப் போல ஆண்டுகள் கடந்துவிட்டன
உன் காலடிகளின் எதிரொலியை என் உள்ளங்கைகளில்
இன்னும் கேட்க முடிகிறது
கிட்டத்தட்ட இதுவும் விசித்திரமானது
பக்ரீத்-க்குத் தனித்தனியே வாங்கிச் சென்ற
இரண்டு ஒட்டகங்களைப் போல நாம் பிரிந்துவிட்டோம்
இனி நம் வரலாறு யாருக்கும் தெரியாது
குளிர்ந்த குகை போன்ற இடங்களுக்குச் செல்லும்போது
ஒருமுறையாவது உன்னை நினைத்துக்கொள்கிறேன்
அல்லது உன்னுடைய ஏதாவது ஒன்றை நேருக்கு நேர்
சந்தித்துவிடுகிறேன்
அப்போது நெற்றி மென்மையாய் வியர்த்துவிடுகிறது
நினைவுகள் இப்படித்தான் செயல்படுகின்றன
அவை எவ்வளவு தூரம் இருக்கிறதோ
அவ்வளவு அதிகமாக எரியும்
நீ அதை உணர்ந்தால்
உலகம் முழுவதும் ஏற்கனவே எரிகிறது என்று பொருள்.

நாங்கள்

நிழலில் படுத்துக் கொள்ள
பூமியில் ஆளுக்கொரு மரம் உண்டு.
எனது மரத்தடியில்
கத்தியைத் தவிர
வேறு எதையும் தலையணையாக வைத்துப் படுத்துக் கொள்கிறேன்.
சிலருக்குத்தான் வாழ்வு இவ்வளவு வசதியாக உள்ளது.
இப்படிப்பட்டவர்கள்
ஒரு கண்ணாடி அதன் எதிரொளியால்
சூரியனைக் குருடாக்கப் போகிறது என்று
சொன்னாலும் எளிதாக நம்புகிறோம்.

இதற்கு மேல் எதுவுமில்லை

என் உயரம் காரணமாக
கூட்டத்தில் நான் தனியாகத் தெரிவதில்லை
ஆனால் இருளில் இருந்து பேசினால் என் குரல்
ஒரு விளக்கு போல இருக்கிறது
இருளில் விளக்குக்கு மேல் எதுவுமில்லை.
ஓர் இரவில் உங்களிடம் சொன்னேன்
இவ்வளவு பெரிய வானத்தை
எவ்வளவு சுருக்கமாகச் சொல்ல முடிகிறது
ஒரு நிலவு~
பெயர் தெரிந்த சில விண்மீன்கள்
அதற்குமேல் எதுவுமில்லை.
இரண்டு விண்மீன்களை மார்பாகப் பெற்ற
அம்மாவின் உடலில்
மார்புகளுக்கு மேல் எதுவுமில்லை என
தூரத்தில் அழுகிறது குழந்தை.
"இதற்கு மேல் எதுவுமில்லை" என்பது
ஒரே நேரத்தில் கதவை மூடவும் திறக்கவும் செய்கிறது
"இதற்கு மேல் எதுவுமில்லை" என்பது
ஒரே நேரத்தில் திகட்டவும் திகைக்கவும் செய்கிறது

சூதாட்டம்

விலைக் குறைந்து போனதால்
கைவிடப்பட்ட தக்காளி வயலுக்கு உங்களை அழைத்துச் செல்கிறேன்.
புகைப்படம் எடுத்துக் கொள்கிறீர்.
முன்பு பருவ மழை பொய்த்ததால்
கருகிய செண்டுமல்லிப் பூ தோட்டத்திற்கு அழைத்துச் செல்கிறேன்.
புகைப்படம் எடுத்துக் கொள்கிறீர்.
விதைத் தானியங்களை உனக்கல் போடும் உழவனையும்
புகைப்படம் எடுத்துக் கொண்டு
கன்னம் ஒட்டிய அவன் கைகளை
ஆறுதலாகப் பற்றிக் கொள்கிறீர்கள்.
அடுத்தப் பருவத்தில் நல்ல மழை பெய்யும் என்கிறான்
அவன் கூறிய நம்பிக்கையான சொற்களை
எப்படி புகைப்படம் எடுப்பது என்று
நீங்கள் திகைத்த போது மேகம் கருத்தது.

அரசாங்க இரகசியம்

தார் பாலைவனத்தில் ஒரு பெரிய குளிர்சாதனப்பெட்டி உள்ளது
அதன் சோலார் பேனல்களைப் பராமரிக்கும் வேலையை
சிலர் செய்கிறார்கள்.
இந்தப் பணிகளைச் செய்ய
ஒவ்வொரு ஆண்டும் புதிய பணியாளர்கள் குழு அமைக்கப்படுகிறது
இதுவரை யாரும் பணியை மீண்டும் செய்யவில்லை.
அவர்கள் மாலையில் சீமைச் சாராயம் குடிக்கும் போது
சில சமயங்களில் இதைப் பற்றிப் பேசுவார்கள்.
அந்தக் குளிர்சாதன பெட்டிக்குள் என்ன இருக்கிறது?
யாருக்கும் தெரிவதில்லை
பிரதமர் ஒருநாள் வருவார் அப்போது தெரியும் என்கிறார்கள்.

பழைய குடம்

அடுத்த தெருவிற்கு வழி சொல்வது போல
பரலோகத்திற்கு வழி சொல்கிறார் பாதிரியார்,
"அந்த வழி எனக்கு ஏற்கனவே தெரியும்" என்றது ஒரு குரல்.
பாதிரியார் திகைக்கிறார்.
"அதற்கு இரண்டு பாதைகள் உண்டு அவை முடிவற்றவை"
அதே குரல்.
தூக்கி எறியப்பட்ட பழைய குடத்தைப் போல
உருள்கிறது பாதிரியார் மனம்.
"சலூன் கடையின் இரண்டு கண்ணாடிகளுக்கு இடையில்
நிற்கும் போது
அப்பாதைகள் தெரிகின்றன" அதே குரல்
பாதிரியார் சலூன் கடையில் இருந்தார்.

பதில்

உங்கள் பற்களை
எனக்குக் காட்டுங்கள் என்றேன்
நீங்கள் சிரித்தீர்கள்
மிக அழகான பதில்.

கண் மணல்

மற்ற மணற் துகள்கள் ஒன்றின் மீது ஒன்று ஏறி
வானத்தையே பார்த்துக் கொண்டிருக்க
இரண்டு மணல் துகள்கள் பேசிக் கொண்டன:
நாம் இருவரும் யாரோ ஒருவருக்கு கண்களாகி விடுவோமா?
ஒன்றாக இருப்பதற்கு இது சிறந்த வழி
ஆனால் வெளிச்சம் இல்லாத இடத்தில் கண்களுக்கு வேலையில்லையே!
இரண்டாவது மணல் கூறியது.
இமைகளைத் திறப்பதே கண்களுக்குப் பிடித்தமான வேலை
வெளிச்சம் இருள் என்பதில் வேறுபாடு இல்லை - முதல்
மணல் சொன்னது.
சரி! அதோ பித்தேறி அரை ஆடையோடு புரளும்
அந்தப் பெண்ணின் கண்களாவோம் வா என்று கூற
அழகான மார்புகளின் மீதேறி
ஓ! என்று கூவி இரு மணல்துகள்களும் கண்களாகின.
யுவதி சொன்னாள்: பழைய உயிரினங்களின் கண்களை
இந்தக் கடற்கரை மணலாக மாற்றி வைத்திருக்கிறது.
இதோ! கடைசியாக இறந்த மீனின் கண்கள்
பாதி மணலாக மாறி இருக்கின்றன என கையில் ஏந்தினாள்.

செத்த பறவையின் இறகுகள்

பிறருக்குக் கடன் கொடுப்பதை
அல்லது கோயிலுக்கு நன்கொடை கொடுப்பதை
எழுதி வைப்பது போல
வீட்டுச் செலவுக் கணக்கை நாட்குறிப்பாக எழுதினார் தாத்தா.
எனக்கு இருபத்தி ஐந்து வயது
அலுவலகத்தில் வேலை செய்தேன்
வீட்டின் பொருளாதாரத்திற்கு உதவி செய்தேன்
அலைபேசி ஒலித்தது
"தாத்தா இறந்து விட்டார்"
எல்லா காரியங்களும் முடிந்ததும் அவரது அறையைத் திறந்தோம்
கட்டில் மற்றும் இழுப்பறை முழுதும் காகிதங்களை விரித்து வைத்திருந்தார்
அவை செத்த பறவையின் இறகுகள் போல இருந்தன
அவர் எழுதியவற்றைச் சுருக்கமான,
மறை குறியாக்கி எழுதிய கவிதை என்று நம்பினோம்
இந்த எண்களை இனி என்ன செய்யப் போகிறோம்
என யோசித்தபோது
அதைப் பேரப் பிள்ளைகளின் பாடக் குறிப்பேட்டில்
கண்டு கொண்டோம்.

கேள்விகள்

உங்களின் முதல் கேள்விக்குப் பதிலாக
என் கால்களைத் தண்ணீரில் நனைக்கிறேன்
அடுத்த கேள்விக்குப் பதிலாக
என் கண்களை மூடிக்கொள்கிறேன்
கடைசி கேள்விக்குப் பதிலாக
திரும்பிப் போகிறேன்.
சில பூக்கள் பழங்களின் வயிற்றில் ஓய்வெடுப்பது போல
என் சொற்கள் தொண்டையில் ஓய்வெடுக்கின்றன.

அவள் அவளையே சந்திக்கிறாள்

தெருவில் வெள்ளை உடை அணிந்து செல்கிறவள்
இந்தப் புத்தகத்தில் நீல உடை அணிந்து செல்கிறாள்
இருவரின் தலைக்கு மேலேயும் தெளிந்த வானம்
பறவைகள் V வடிவில் பறக்கின்றன.
புத்தகத்தைத் தெருவில் நடக்கும் அவளிடம் கொடுத்தேன்
பிரித்துப் படிக்கிறாள்
புத்தகம் கண்ணாடி போல மாறிவிட்டது
மனம் விட்டு பேசியதில் என் காதிலும் சில சொற்களும் விழுந்தன.
"பெண்களின் ஒவ்வொரு எலும்புக்கும் ஒரு பிரச்சினை"

பூங்காவிலிருந்து வீடு திரும்புதல்

இன்றும் பூங்கா நாற்காலியின் அமைதியையும் மேகங்களின் அமைதியையும் வேறுபடுத்துகிறேன் மனிதர்கள் தற்காலிக தாவரங்கள் போல சிரிக்கிறார்கள். துயரம் கொண்டவர்கள் வதங்குகிறார்கள். குழந்தை துப்பிய ஆரஞ்சு மிட்டாய் போல சூரியன் இருக்கிறது. காலி போத்தலைத் தூக்கி எறிய குப்பைத் தொட்டியைத் தேடி நண்பர்களைச் சந்திக்கச் சென்றது போல தூரமாக நடந்து திரும்புகிறேன். பழைய கடிகாரம் போல கதிரவன் உச்சியில் இருக்கிறது.

நான் கால்களைக் குறைவாகப் பயன்படுத்தும் தலைமுறை. சாவியைத் திருகி வண்டியைப் முடுக்குகிறேன் அறை வழக்கத்தைவிட தூரமாக இருக்கிறது. கதவைத் திறந்து என் உடலுக்கு முன்பாக உள்ளே போகிறேன்

மேசையில் வெற்றுத் தாள் மீது நீல நிற பென்சிலைப் பார்க்கிறேன். கண்களை மூடி கடலைப் பற்றி நினைக்கிறேன். பென்சில் கடல் அலைபோல வளைந்து நெளிந்து இயல்பாகிறது.

செடிகளுக்கு நீரூற்றுகிறேன்.

நேரம் கடந்ததும் ஜன்னலுக்கு வெளியே மழை பெய்வதாக கற்பனை செய்கிறேன். வெளியே செல்கிறேன் மழையில் நனைகிறேன். உலர்ந்ததாக உணர்கிறேன். நான் காய்ந்துவிட்டேன் காய்ந்து விட்டேன் என்று கத்துகிறேன். ஈரத்தில் ஊறிய பழைய பொருள் போல பொழுது இருக்கிறது.

என் மீசைத் துண்டுகளைப் பகடைகளாக உருட்டுகிறேன். ஒவ்வொரு முறையும் தாயம் விழுகிறது. தேவைப்படாத போது அதிகமாக இருப்பது ஒரு தொந்தரவு தாயம் சலித்ததும் மீசையை ஒட்டிக்கொள்கிறேன்.

தண்ணீர் ஊற்றியதால் தொட்டிச் செடிகள் நன்றியுடன் தூங்குவது போல் தெரிகின்றன

அந்தி மறைந்ததும் இரவு ஒரு குடிசைத்தொழில் போல தொடங்குகிறது. யாரும் வாங்காவிட்டாலும் நட்சத்திரங்களை விற்கிறேன் விடிந்ததும் பெரிய கூடை காலியாகிவிடுகிறது. அது ஏதோ ஒன்றால் மீண்டும் நிரம்பிவிடுகிறது.

ஏதோ ஒன்று

ஏதோ ஒன்றாக எப்போதும் இருப்பதில்லை.

சோப்பு நுரை

பெண்கள் அவர்கள் புரிந்துகொள்ளும் வேலையைச் செய்வதால்
உண்ணத் தகுந்த அரிசி காளான்கள் போல ஒளிர்கிறார்கள்.
கையசைப்பில் கடலை மறையச் செய்யும் லாவகத்தோடு
துணி துவைக்க ஆரம்பித்தாள்
வாளித் தண்ணீரில் சோப்புத் தூளைக் கரைத்தாள்
அது ஒரு புதிய வாசனைதான்
ஆனால் உலகுக்குச் சொல்ல வேண்டிய அளவில் இல்லை
தண்ணீரைக் கலக்கியவள் குமிழ்கள் வெடிக்கின்றன என்று கூவினாள்
காது இருந்தவர்கள் யாரும் கண்டுகொள்ளவில்லை
துணிகள் மெதுவாக மூழ்கின
சோப்பு குமிழ்கள் ஒவ்வொன்றிற்கும் ஒரு பெயர் சொல்லி ஊதினாள்
பறந்து சென்ற குமிழ்கள் சில
எதிர் வீட்டுத் தோழியின் மார்புகளின் மீதும் அமர்ந்தன
ஊதியவளின் மார்புகளின் மீதும் சில குமிழிகள் அமர்ந்தன
இருவரும் கண்ணாடியில் பார்ப்பதுபோல் ஒரே மாதிரி
சிரித்தார்கள்
சிரித்தார்கள்.
சிரித்தார்கள்.
துவைத்தார்கள் துவைத்தார்கள்
ஈரத்தால் ஒரு வனாந்திரத்தை உருவாக்கினார்கள்..
கைகளுக்கென்று ஒரு வேலை விரல்களுக்கென்று ஒரு வேலை
உதடுகளுக்கென்று ஒரு வேலை. நாக்குகளுக்கென்று ஒரு
வேலை. உடலுக்கென்று ஒரு வேலை. மனத்திற்கென்று ஒரு
வேலை என்று செய்தார்கள்
அவர்கள் அணிந்தவை உட்பட
எல்லா துணிகளும் மகிழ்ச்சியாக உலர்ந்தன
உடல்கள் மகிழ்ச்சியாக இணைந்தன.

தூரம்

நம் வார்த்தைகளில்
ஒருவரையொருவர்
விட்டு விலகும் தூரம் இருப்பதை நாம் அறிவோம்
இத்தனைக்குப் பிறகும்
உன்னை நண்பா என்று அழைப்பேன்.
எஞ்சியிருக்கும் வேறுபாடுகளை
சரிசெய்யக்கூடிய ஒரே சொல் இதுதான்
என்னிடமிருந்து தொலைவில் சென்று விட நினைக்காதே
தூரம் என்ற நதி
ஒரு போதும் திரும்பி வருவதில்லை.

பேச்சு

உலகில் பூக்களுக்கு எதிராக எந்த உரையாடலும் இல்லை என்றாலும்
பெண்களிடம் எப்படி பேசுவதென
எனக்கு இன்னும் சரிவர தெரியவில்லை
ஆனாலும்
ஒரு பறவைக்காக
இன்னொரு பறவை நடனம் ஆடுவது போல பேசுகிறேன்.

கூடுதலாக நடப்பவர்கள்

மலையில் உருவாகும் ஆறு போல
உலகம் தொலைவில் இருந்து உருவாகிறதென
நாடோடிகள் திரிகிறார்கள்.
அவர்களுக்கு உறவினராக
இறந்தவர்கள் மட்டுமே இருக்கிறார்கள்.
கூடுதலாக சில கால்கள்
தங்களிடம் இருப்பது போல நடக்கிறார்கள்.
சவப்பெட்டி மீதிருக்கும் சிறிய பூக்களால்
தனது தாயை அடையாளம் காண முயற்சிப்பதைப் போன்ற
அவர்களின் கண்களை எதிர்கொள்ளும் நேரத்தில்
எல்லா கைகளாலும் அவர்களை அணைத்துக் கொள்கிறேன்.

அறிதலுக்கு அப்பால்

அழுகின்ற அவளைப் பார்த்த போது
ஏற்கனவே எல்லா குளங்களும் காய்ந்து விட்டன என்று நினைத்தேன்.
அவள் ஏன் அழுகிறாள்?
கண்களுக்குக் கீழே எல்லா சொற்களையும் புதைத்து விட்ட
அவளுக்கு எந்த வார்த்தையும் அழுகைக்கு இணையானது இல்லை.
அழுகை அவளுக்குத் தெரிந்த தனிப்பட்ட மொழி
அழுகை கண்களின் உரையாடல்
அழுகை ஒரு பெருந்துயரப் பாடலின் வேறு வடிவம்.
அவள் ஏன் அழுகிறாள்?
அது யாருக்கும் தெரிய வேண்டியதில்லை.

ஆறும் கடலும் நண்பர்கள்

ஒரு குழந்தையை ஏந்துவது போல
ஆற்றை எதிர்கொள்கிறது கடல்
இப்படி ஓடி வரும் நதியிடம் அலைச்சல் இருக்கிறதா?
எனக்குத் தெரியவில்லை
ஆனால் ஆறுகளைக் கடலின் வால் என்று
சிறு வயதில் கேலி செய்திருக்கிறேன்.
உலகின் வெப்பம் நான்கு பாகை உயர்ந்துவிட்டது.
வெயிலில் உலர்ந்த
வியர்வை உப்பைப் பார்த்த கடல்
உப்பனே! உப்பனே! என்று அலையால் என்னைக் கேலி செய்கிறது.

நீர் வண்ண ஓவியம்

சிஸ்டன் சேப்பல் விதானம் வரையப்பட்ட
ஒரு நீர் வண்ண ஓவியம்
கடல் அலை தழுவ
அழுக்கேறியவன் ஆமையை வாயில் கடிக்கும் ஓவியமானது.
முள்ளிகள் எல்லா திசையிலிருந்தும் அவன் உடலில் ஏறின
ஆமையின் குருதி ஒழுகியது.
கரையை நிரப்பும் அளவுக்குக் குருதி பெருக
அவன் வாய் தவிர எங்கும் முள்ளிகள்
இன்னொரு அலை தழுவியது
கேன்வாஸ் நீராகி வெற்று மணலாக விரிந்தது.

மூளைப் பூ

கேள்விகளுக்கான சரியான
பதில்களைவிட மனம் போனபடி
பதில் சொல்லும் ஒருவனை
பாறையில் தேங்கிய மழை நீரில்
ஒரு பூவாக்கி மிதக்க வைத்தேன்
வானில் ஒளிரும்
பெரிய புள்ளி போல இருப்பதாகச் சந்தோசப்பட்டான்
அதற்கு முன்பு அவனுடைய கைகள் ஆயுதங்களாக இருந்தன
அவனுடைய கண்கள் தோட்டாக்களாக இருந்தன
அவனது இதயம் வெடிகுண்டு போல இருந்தது
அவனது மூளை உலகத்துக்கே விரோதமாக இருந்தது
நாட்களும் வாரங்களும் கடந்த பின்பு பூ வாடி இருந்தது
பூவை மீண்டும் மனிதனாக மாற்றி வைத்தேன்
அவனும் வாடி வதங்கி இருந்தான்
ஆனால் அவனது மனம் பிறந்த குழந்தை போல்
தூய்மை பொருந்தியதாக இருந்தது.

அலட்சியமான உயிரி

அலையில் விளையாடும் பெண்களை அழகாக்கும் கடல்
ஆண்களைச் சிறிய விலங்கு போல நடத்துகிறது.
அசைவதை மட்டும்
உயிர்ப்பு என்று கருதினால்
கடலைப் போன்ற அலட்சியமான உயிரி எதுவும் இல்லை.

சிறு மலர்

கயிற்றின்
முடிச்சுக்குள் இருக்கும் இருள்
பார்க்க முடியாத
சிறு மலரைப் போல ஒளிந்திருக்கிறது
இந்தச் சிறிய இருளையும்
விரும்புகிறவர்கள் இருக்கிறார்கள்
இந்தச் சிறிய இருளையும் பரிசளிக்கிறார்கள்
இந்தச் சின்னஞ் சிறிய இருளை
குழந்தையின் கண்ணத்தில் பொட்டாக
தீட்டுகிறாள் ஒருத்தி!
இந்தச் சின்னஞ் சிறிய இருளை தான்
கண்ணோரம் மை தீட்டுகிறாள் ஒரு யுவதி

குதிரையை உருவாக்கும் மழை

பெய்யாத போதும் மழையைக் கேட்க
மரப்பட்டையை கையால் உரித்தால்
அது ஈரமான குதிரையைப் போல
விரல் நுனியில் நடுங்கும்
அப்போது மழையைக் கேட்கலாம்

சாரல் படிந்த கண்ணாடியை கையால் தொட்டால்
அது முரட்டுக் குதிரை போல
விரல் அடியில் திமிறும்
அதன் பிறகு
முரட்டுக் குதிரையை எளிதாகக் கையாளலாம்

தூங்கும் கல்

ஒரு சிறுவன்
கைக்குட்டையால் ஒரு கல்லை மூடி
கல் தூங்குகிறது என்று கூறினான்
உண்மையா என்று சரிபார்த்தேன்
கல் தூங்கியது.

எத்தனை?

சூரியன் மறையும்போது
ஆரஞ்சு மரத்தடியில்
நிற்பவர்களுக்கு மட்டும்
எத்தனை சூரியன்!